விதியை நிர்ணயிக்கும் ஆற்றல்

(The Mastery of Destiny)

ஜேம்ஸ் ஆலன்

(தமிழில் சே.அருணாசலம்)

வள்ளியம்மை பதிப்பகம்

mobile/WhatsApp: 91-8939478478

email: arun2010g@gmail.com

சே.அருணாசலம்

நூல் விவரம்

நூல் தலைப்பு : விதியை நிர்ணயிக்கும் ஆற்றல்

Book Title : Vidhiyai Nirnayikum Aatral

ஆசிரியர் : ஜேம்ஸ் ஆலன்

தமிழில் : சே.அருணாசலம்

உரிமை@ : வள்ளியம்மை பதிப்பகம்

முதல் பதிப்பு : 2024

பக்கங்கள் : 155

தாள் : 70 ஜிஎஸ்எம்

அச்சகம் : Real Impact Solutions, Chennai- 600 004

வெளியீடு : வள்ளியம்மை பதிப்பகம்

அலைபேசி: 91-8939478478

மின்னஞ்சல்: arun2010g@gmail.com

விலை : ரூ 220/-

ISBN : 978-93-340-8031-5

விதியை நிர்ணயிக்கும் ஆற்றல்

உள்ளடக்கம்

அணிந்துரை 4
முன்னுரை 9
1. செயல்பாடுகள், குண இயல்புகள், மற்றும் விதி......... 12
2. தன்னைக் கட்டுப்படுத்தியாளுதல் என்னும் அறிவியல்32
3. மனித வாழ்வியலில் காரணங்களும் விளைவுகளும்... 54
4. மன உறுதியை வளர்த்துக் கொள்வதற்கான பயிற்சி ... 66
5. செய்வன திருந்தச் செய்தல் 77
6. மனம் மற்றும் வாழ்வைக் கட்டமைக்கும் செயல்பாடுகள் 86
8. தியானப் பயிற்சி 121
9. கொண்ட குறிக்கோளின் ஆற்றல்................................ 139
10.சாதிப்பதற்கான இலக்கை அடைவதில் உண்டாகும் மகிழ்ச்சி.. 146
புத்தக விலைப்பட்டியல் 153

3

சே.அருணாசலம்

அணிந்துரை

திரு. அழகு பெருமாள் ராமசாமி

ஜேம்ஸ் ஆலனின் விதியை நிர்ணயிக்கும் ஆற்றல்(ஆங்கில முதன்னூல்: 'Mastery of Destiny') ஓர் அற்புதமான படைப்பு. பெருங்கடலிலே செல்லும் பாய்மரக்கப்பல், காற்றைச் சார்ந்து தான் செல்லும். காற்றுக்கு என்ன வேலி என்பது போலக் காற்றடிக்கும் திசையும் வேகமும் மாலுமியின் கட்டுப்பாட்டில் இல்லை. அவன் கையில் இருப்பது அந்தப் பாய்மரக்கப்பலைக் கட்டுப்படுத்தக்கூடிய அறிவும் திறமையும் மட்டுமே. அவன் இலக்கும் அனுபவமும் அந்தக் கப்பலைச் செலுத்துவதில் உறுதுணையாக இருக்கின்றன. பல அபாயங்களைக் கொண்ட ஆழமான பெருங்கடலில் பயணிக்கும் பாய்மரக் கப்பலை, மாலுமி தன் ஆற்றலாலும் அனுபவத்தாலும் காற்றின் திசைக்கேற்ப திருப்பி புயலிலும் மழையிலும் பாதுகாப்பாக இலக்கை நோக்கிச் செலுத்துகிறான்.

வாழ்க்கையும் அப்படித் தான். பல அபாயங்களைக் கொண்டது. அர்த்தமுள்ள வாழ்க்கையை வாழ்ந்தவர்களை விட அர்த்தமற்ற வாழ்க்கையை

விதியை நிர்ணயிக்கும் ஆற்றல்

வாழ்ந்து மடிந்தவர்கள் தான் அதிகம். அர்த்தமுள்ள வாழ்க்கை என்றால் என்ன என்று அறியாமலேயே வாழ்ந்து கொண்டிருப்போர் பலர். இலக்கு நோக்கி செல்லும் வாழ்க்கை அர்த்தமுள்ள வாழ்க்கை என்று வைத்துக் கொண்டால், நம் உள்ளத்தில் எழுகின்ற நியாயமான கேள்வி, நாம் கொள்ளும் இலக்குகள் அனைத்தும் அர்த்தமுள்ளவை தானா? பெரும் பொருள் ஈட்டுவதையே இலக்காக கொண்டு வாழ்க்கையில் நிம்மதியைத் தொலைத்து, தூக்கத்தைத் தொலைத்து நடைப்பிணமாய் வாழ்வோர் எத்தனை பேர்? கவிப்பேரரசு வைரமுத்து தனது 'மூன்றாம் உலகப் போர்' நூலில் ஒரு கிராமத்து பாமரனின் குரலில், "தூக்கத்தை வித்து வித்து சொத்து பத்த வாங்குறியே... சொத்து பத்த வித்து வித்து தூக்கத்தை வாங்குவியா" என்று நையாண்டி செய்கிறார்.

இப்படி, பணத்தாசை, மண்ணாசை, பெண்ணாசை, புகழ்ச்சிக்கு மயங்குதல், உணவுருசிக்கு மயங்குதல், பதவிக்கு ஏங்குதல், போதைக்கு மயங்குதல், உடல் சுகத்திற்கு மயங்கிச் சோம்பி திரிதல் என பல விதமான பலவீனங்களை உள்ளடக்கி தவறான இலக்குகளை அமைத்துக் கொண்டு வாழ்க்கை பாதையில் பல பாவங்களைச் செய்து தொலைந்து போனவர்கள் எண்ணிலடங்காதோர்.

வாழ்க்கையைத் தொலைத்த எண்ணிலடங்காதோர் பட்டியலில் தங்களைச் சேர்த்துக்கொள்ள விரும்பாதவர்கள் இந்தப் புத்தகத்தைப் படிக்க வேண்டும். பெரும் மேதைகள் சொல்லாததாக அப்படி என்ன இந்த புத்தகத்தில் இருக்கிறது என்று சிலர் நினைக்க கூடும். வள்ளுவர் சொல்லாத நல்வழியா? விவேகானந்தர் விளக்காத வாழ்க்கை நெறியா என்று கேட்கலாம். வள்ளுவனையும் விவேகானந்தரையும் ஓரிடத்தில் பார்க்க வேண்டும் என்றால் இந்த புத்தகத்தில் பார்க்கலாம். அவ்வை பிராட்டியையும் பார்க்கலாம்.

எடுத்துக்காட்டாக மன உறுதியின் முக்கியத்துவத்தை எடுத்துக்கூறும் ஜேம்ஸ் ஆலன், பலவிதக் குண இயல்புகளைக் கட்டுப்படுத்தும் வழிமுறைகள் என ஏழு விதிகளைச் சுட்டிக்காட்டுகிறார். அதில் முதல் விதி, 'கெட்ட பழக்கங்களை விலக்கி விடுதல்' என்பது. வள்ளுவர் அதை 'மனத்துக்கண் மாசிலன் ஆதல்' என விளம்புகிறார். 'நாவை காக்க' என்கிறார் ஜேம்ஸ் ஆலன். நமது பொய்யா மொழி புலவர் வள்ளுவர், ‘யாகவராயினும் நா காக்க' என்கிறார். அவ்வை பிராட்டி, ‘ஔவியம் பேசேல், கண்டொன்று சொல்லேல், வஞ்சகம் பேசேல், அழகு அலாதன செய்யேல், கடிவது மற, கெடுப்பது ஒழி' என பல்வேறு இடங்களில் மனிதனைக் கெட்ட

விதியை நிர்ணயிக்கும் ஆற்றல்

பழக்கங்களுக்கு அடிமையாக்கும் தவறான குண இயல்புகளை ஒழித்தெறிய அறிவுரை சொல்கிறார்.

ஜேம்ஸ் ஆலன், தியானப்பயிற்சியின் முக்கியத்துவத்தையும் மேன்மையையும் பற்றிக் கூறுகையில் சுவாமி விவேகானந்தரை நினைவுறுத்துகிறார். மொத்தத்தில் இந்தப் புத்தகம் ஓர் அரிய பொக்கிஷம். வாழ்க்கையை அர்த்தமுள்ளதாக்க வாழ நினைக்கும் ஒவ்வொருவரும் தவறாமல் படிக்க வேண்டிய புத்தகங்களுள் இதுவும் ஒன்று. நூறாண்டுகளுக்கு முன் எழுதப்பட்டது, மேலை நாட்டு அறிஞரால் எழுதப்பட்டுள்ளது என்றாலும் மனித இனம் அனைத்திற்கும் பொதுவான கருத்துக்களை மிக அழகாக சிந்தனையைத் தூண்டும் வகையில் அமைந்துள்ளது.

'Mastery of Destiny' என ஆங்கில மொழியில் எழுதப்பட்ட இந்த நூலை அழகிய, எளிய தமிழில் மொழி பெயர்த்த திரு சே.அருணாசலம் அவர்களை நாம் பாராட்டியே தீர வேண்டும். அவர் மனிதச் சமுதாயத்தின் மீது கொண்டுள்ள அன்பும் அக்கறையும் நம்மை பூரிக்கச்செய்கிறது. சமீபத்தில் வெளியான திரைப்படங்களுள் 'சூரரைப் போற்று' திரைப்படம் என்னை மிகவும் கவர்ந்தது. அந்தப் படத்தின் கதாநாயகன், வானம் எல்லோருக்கும் பொதுவானது, அந்த வானத்தில் பறக்க ஏழை, பணக்காரன் என்ற வித்தியாசம் இருக்க கூடாது

சே.அருணாசலம்

என்றும் ஆழமாக நம்புவான். அவன் விடாமுயற்சியால் வெற்றியும் பெறுவான்.

"கையில் ஆகாசம் கொண்டு வந்த உன் பாசம்

காலமே ஆனாலும் வாழ்ந்திடும் ராசா"

என மிக அழகான பாடல் வரிகளாக

அதை வடித்திருப்பார்கள். இந்த நூலும் ஒரு ஆகாயம் தான். அதைத் தமிழில் கொண்டு வந்த அருணாசலம் அவர்களுக்கு என் வாழ்த்துக்கள். ஆங்கிலம் தெரிந்தவர்கள் மட்டுமே பயன்பெறக்கூடிய வகையில் இருந்த ஆங்கில முதன்னூலை தமிழ் மட்டுமே அறிந்தவர்களுக்கும் போய்ச் சேர வேண்டும் என்ற அவருடைய நல்லெண்ணம், பாசம், பேரன்பு போற்றுதலுக்கு உரியது.

வாழ்க வளமுடன்.

அழகு பெருமாள் ராமசாமி

ஜூன் 2021

பேராசிரியர்-LIBA(Loyola Institute of Business Administation)

நிறுவனர்–iiibft(Indo International Initiative for Billion Fruit Trees)

முன்னுரை

புற உலகில் செயல்படும் பரிணாம வளர்ச்சி விதி கண்டறியப்பட்டது அக உலகில் செயல்படும் காரண விளைவு விதியின் இயல்புகள் குறித்து அறியும் ஆவலை மனிதர்களுக்கு ஏற்படுத்தியிருக்கிறது. எண்ணங்களின் உருவகமாகவே புறப்பொருட்கள் இருக்கின்றன. செயல்பாடுகளின் படிநிலைகளைத் தொடர்ந்து புறப்பொருட்கள் எவ்வாறு அடுத்தடுத்த கட்டத்திற்குப் முறையாக நகர்கின்றனவோ அதற்குச் சற்றும் குறைவின்றியே எண்ணங்களும் செயல்பட்டு நகர்கின்றன. செல்களும் அணுக்களும் மட்டுமல்ல, எண்ணங்களும் செயல்களும் கூட அவற்றுக்கே உரிதான ஆற்றல்களை படிப்படியாக ஈர்க்கின்றன. எண்ணங்கள் மற்றும் செயல்பாடுகள் என்ற தளத்தில் நல்லவை வாழ்கிறது, காரணம், அதுவே தப்பி பிழைக்கத் ''தகுதியானது'', தீமை உறுதியாக அழிந்து விடும். காரண விளைவு என்ற செம்மையான விதி புறப்பொருட்களில் செயல்படுவதைப் போலவே மனதிலும் செயல்படுகிறது என்பதை அறிந்துக் கொள்வது

சே.அருணாசலம்

என்பது தனியொருவனின், மனிதக்குலத்தின் இறுதி விதி குறித்த அனைத்து அச்சங்கள், பதட்டங்களிலிருந்து விடுபட்டு இருப்பதாகும்—

"மனிதன் பேராற்றல் நிறைந்தவன், அவன் விதியின் தலைவன் அவனே"

இயற்பியல் விதிகள் குறித்த அறிவை மனிதனின் மனஉறுதி கைப்பற்றிக் கொண்டிருப்பது போலவே ஆன்மிக விதிகள் குறித்த அறிவையும் மனிதனின் மன உறுதி கைப்பற்றும். அவன் அறியாமையால், தீமையைத் தேர்ந்து எடுக்கத் தீர்மானிக்கிறான். மெய்யறிவு உருவாகி மலரும் போது, அவன் நன்மையைத் தேர்வுச் செய்யத் தீர்மானிப்பான். விதிகளுக்குக் கட்டுப்பட்டு இயங்கும் இந்தப் பிரபஞ்சத்தில் தீமையின் மீதான மனிதனின் இறுதி வெற்றி உறுதி செய்யப்பட்டுள்ளது. அவனுக்கு விதிக்கப்பட்டுள்ள சிறிய விதிகளால் பிரிவையும் துக்கத்தையும், தோல்வியையும் இறப்பையும் சந்திக்கிறான். ஆனால் வெற்றி என்னும் பெருவிதிக்கு இட்டுச்செல்லும் அவை ஒழுங்குமுறை படிகட்டுகளே. அவன் தன்னையும் அறியாமல் தன் கடின உழைப்பு என்னும் வடிவைக் கொண்டு அதன் கைகளில் இரத்தமே வடிந்தாலும் பேரெழில் வாய்ந்த ஆலயத்தைக்

விதியை நிர்ணயிக்கும் ஆற்றல்

கட்டியெழுப்புகிறான், நிலைப்பெற்ற நிம்மதியுடனான உறைவிடத்தை அது அவனுக்கு வழங்க வேண்டும் என்று.

இந்த நூலில், விதி எந்த அடிப்படையில் செயல்படுகிறது, அதன் செயல்பாட்டு முறை மற்றும் அது கட்டமைக்கும் விளைவு ஆகியவற்றைக் குறித்து சில வார்த்தைகள் விளக்க முயற்சி செய்திருக்கிறேன். The Life Triumphant (வெற்றிகரமான வாழ்வு) நூலிற்கு ஒரு துணை நூலாக இருக்கும் வகையில் இதன் பேசு பொருளை வடிவமைத்திருக்கிறேன். இதில் உள்ள முதல் ஆறு கட்டுரைகள் பீபிஸ் காலாண்டு (Bibby's Quarterly) இதழிலும் கடைசி கட்டுரை பீபிஸ் ஆண்டு இதழிலும் (Bibby's Annual) முதலில் வெளிவந்தன. அதன் தொகுப்பு ஆசிரியர் திரு ஜோசஃப் பீபியின் அன்பான அனுமதியோடு இக்கட்டுரைகள் நூல்வடிவில் இப்போது அச்சிடப்பட்டுள்ளன. இடையில் உள்ள மூன்று கட்டுரைகள் நூலின் தொடர்வாசிப்புக்காகவும் முழுமைக்காகவும் சேர்க்கப்பட்டவை ஆகும்.

ஜேம்ஸ் ஆலன்

1909

சே.அருணாசலம்

1. செயல்பாடுகள், குண இயல்புகள், மற்றும் விதி

தலையெழுத்து அல்லது தலைவிதி என்பது குறித்து ஒரு பரவலான நம்பிக்கை எப்போதும் இருந்து வருகிறது, இப்போதும் இருக்கிறது. அதாவது, ஒரு நிலையான அசைக்க முடியாத ஆற்றல், தனிநபர்களுக்கும் சரி, தேசங்களுக்கும் சரி, தான் நிர்ணயம் செய்ததை வழங்கும் என்று. வாழ்வின் நிகழ்வுகளை நெடுங்காலமாக கவனித்து வருவதன் விளைவாக இந்த நம்பிக்கை எழுந்துள்ளது.

சில நிகழ்வுகளைத் தங்களால் கட்டுப்படுத்த முடியாது, அவற்றிலிருந்து தப்பிக்கும் ஆற்றல் தமக்கு இல்லை என்பதை மக்கள்

விதியை நிர்ணயிக்கும் ஆற்றல்

உணர்ந்திருக்கிறார்கள். உதாரணமாக, பிறப்பும் இறப்பும் தவிர்க்க முடியாதது. அதைப் போலவே, வாழ்வின் பல நிகழ்வுகளும் சற்றும் குறையாத அளவில் தவிர்க்க முடியாததாக இருக்கிறது.

மனிதர்கள் தாங்கள் குறித்து வைத்த சில இலக்குகளை அடையத் தங்களால் முடிந்த வரை தங்களை வருத்திக் கொண்டு எல்லா முயற்சிகளையும் செய்கிறார்கள். ஆனால், காலப்போக்கில் அவர்களை மீறிய ஓர் ஆற்றல்-, அந்த முயற்சிகளை முறியடிப்பதை, பலனில்லாமல் அவர்கள் படும்பாட்டை எள்ளி நகையாடுவதாக உணர்கிறார்கள்.

மனிதர்கள் வாழ்வின் அடுத்தடுத்த கட்டங்களைக் கடந்து செல்லச் செல்ல, தங்களை மீறிய இந்தச் சக்தியை அவர்களால் புரிந்து கொள்ள முடியவில்லை என்றாலும், அதற்கு ஏறக்குறைய அடிபணியக் கற்றுக் கொள்கிறார்கள். தங்களின் மீதும் தங்களைச் சுற்றி இந்த உலகில் இருப்பவற்றின் மீதும் அது ஏற்படுத்துகின்ற தாக்கத்தை மட்டுமே உணர்ந்து அதற்குக் கடவுள், தலையெழுத்து, விதி, கொடுத்து வைத்தது எனப் பல பெயர்களை இடுகிறார்கள்.

சே.அருணாசலம்

தகுதியையோ அல்லது தகுதியின்மையையோ கருத்தில் கொள்ளாமல் தனக்கு வேண்டியவர்களைத் தூக்கிவிடுவதாகவும் வேண்டாதவர்களை இறக்கி விடுவதாகவும் தோற்றமளித்து புதிராகச் செயல்படும் இந்தச் சக்தியை, ஆழ்ந்து சிந்திக்கும் இயல்புடைய கவிஞர்களும், தத்துவ ஞானிகளும் தங்களை நிகழ்விலிருந்து அப்புறப்படுத்திக் கொண்டு அதன் செயல்பாடுகளைச் சாட்சியாக நின்று உற்றுக் கவனிக்கிறார்கள்.

மிகப் பெரும் கவிஞர்கள், குறிப்பாக காவியங்களை இயற்றும் கவிஞர்கள், இயற்கையின் செயல்பாடுகளில் தாங்கள் கவனித்த இந்த ஆற்றலைத் தங்களது படைப்புகளில் உருவகப்படுத்துகிறார்கள். கிரேக்க மற்றும் ரோமானிய நாடகாசிரியர்கள் தங்களது கதையின் நாயகர்களுக்கு அவர்களது விதியைப் பற்றிய ஒரு முன்னறிவு இருந்தது என்றும் அதிலிருந்து தப்பிக்க முயல்வதாகவும் சித்தரிக்கிறார்கள். ஆனால், இவ்வாறு செய்யவதன் காரணமாகத் தங்களை ஒரு தொடர் நிகழ்வில் சிக்க வைத்துக் கொண்டு எதிலிருந்து தப்ப நினைத்தார்களோ அதுவே அவர்களைச் சென்று அடைவதாக அமைகிறது.

இன்னொரு புறத்தில், ஷேக்ஸ்பியரின் கதாபாத்திரங்கள், இயல்பாக உள்ள மனிதர்களைப் போலத் தங்களது குறிப்பிட்ட விதியைக் குறித்து ஒரு முன் அறிவு இல்லாதவர்களாக(விதிவிலக்காக இருந்தாலே ஒழிய) இருக்கிறார்கள். இவ்வாறு, காப்பிய நூலாசிரியர்கள், கவிஞர்களைப் பொறுத்தவரை, தனது விதியைப் பற்றி முன் அறிவு ஒருவனுக்கு இருக்கிறதோ இல்லையோ, அவனால், அதிலிருந்து தப்ப முடியாது. அவன் உணர்ந்து அல்லது உணராமல் எடுத்து வைக்கக் கூடிய ஒவ்வொரு அடியும் அதை நோக்கியே இருக்கின்றது.

ஓமர் கையாம்மின் ''எழுதும் விரல்'' கவிதை, விதி என்ற இந்தக் கருத்தை உணர்வுப்பூர்வமாக மனக்கண் முன் கொண்டு வந்து நிறுத்துகிறது:

"எழுதும் விரல் எழுதிய பின்

தொடர்ந்து எழுதியவாறு இருக்கிறது,

உங்களது எந்த வகையான நல்லொழுக்கமோ அல்லது கெட்டிக்காரத்தனமோ,

அதன் பாதி வரியையும் நீக்க முடியாது,

சே.அருணாசலம்

உங்களது எல்லா கண்ணீரும் சேர்ந்தாலும் அதன் ஒரு வார்த்தையையும் அழிக்க முடியாது."

இவ்வாறு மனிதர்கள், எல்லாத் தேசங்களிலும் எல்லாக் காலங்களிலும் வீழ்த்த முடியாத இந்த ஆற்றலை அல்லது விதியின் செயல்பாட்டை உணர்ந்திருக்கிறார்கள். "மனிதன் முன்மொழிகிறான், கடவுள் நிராகரிக்கிறான்" என்ற பழமொழியாக அது நம்நாட்டில் வடிவெடுத்திருக்கிறது.

ஆனாலும், முரண்பாடாகத் தோன்றினாலும், மனிதன் எதற்கும் கட்டுப்பட்டவனில்லை என்று இன்னும் ஒரு நம்பிக்கையும் பரவலாக நிலவிக் கொண்டு தான் இருக்கிறது.

மனிதன் தனது பாதையைத் தேர்வு செய்வதற்கான சுதந்திரத்தைப் பெற்று தனது விதியைத் தானே வடிவமைத்துக் கொள்ள முடியும் என்பதை எல்லா அறநெறி போதனைகளும் உறுதிப்படுத்துவதாக இருக்கின்றன. தனது இலக்கை அடைய மனிதன் கடைபிடிக்கும் பொறுமையும் தளராத முயற்சியும் அவனது சுதந்திர உணர்வையும் ஆற்றலையுமே பறைசாற்றுகின்றன.

விதியை நிர்ணயிக்கும் ஆற்றல்

விதியின் கட்டுப்பாடு ஒரு புறம், தன் முயற்சி மறுபுறம் என இந்த இருமுக அனுபவமே விதியின் ஆற்றலை நம்புபவர்களுக்கும் தன் முயற்சியை ஆதரிப்பவர்களுக்கும் இடையேயான முரண்பாட்டைத் தோற்றுவிக்கிறது. இந்த முரண்பாடு, சமீபத்தில்(1909ல்) மீண்டும் புத்துயிரூட்டப்பட்டு, "நிர்ணயிக்கப்பட்ட விதி (எதிர்) தன் முயற்சி" ("Determinism versus Freewill.") என்ற பெயரில் சர்ச்சையாக மாறியது.

ஒன்றுக்கு ஒன்று எதிரெதிரானவை என வெளிப்படையாகவே தெரியும் இரு முனைகளுக்கு இடையே சமநிலைப்படுத்தும், நியாயமான அல்லது ஈடுகட்டக்கூடிய ஒரு "நடுவழி" எப்போதுமே இருக்கும். அது அந்த இருமுனைகளையும் உள்ளடக்கி அவற்றை ஒத்திசையச் செய்யும். அந்த இரண்டில் எந்த ஒன்றையும் அது சார்ந்திராது. அந்த இருமுனைகளுக்கு இடையேயான இணைப்பு புள்ளி இந்த "நடுவழி"யே.

உண்மை ஒரு போதும் பாரபட்சமாக இருக்க முடியாது, ஆனால், அது தன்னியல்பாலேயே எதிரெதிர் முனைகளின் முரண்பாடுகளை நீக்கக்

கூடியதாக இருக்கும். எனவே, இங்கு நாம் விவாதிக்கும் கருத்தான விதி மற்றும் தன் முயற்சி என்பதற்கு இடையே "ஒரு பொன்னான நடுநிலை" நிலவுவது, ஓர் நெருங்கி வரக் கூடிய தொடர்பை ஏற்படுத்துகிறது. மனித வாழ்வின் மறுக்க முடியாத இரு நிதர்சனமான உண்மைகளை ஒரே நீதியின் இருவேறு பக்கங்களாக முன்னிறுத்துகிறது. அனைத்தையும் தழுவும் கோட்பாடான காரணம்-விளைவு என்ற அடிப்படையில் ஒன்றுபடுத்துகிறது.

காரணம் மற்றும் அதைத் தொடரும் விளைவு என்ற இயற்கை நியதியானது விதி, தன் முயற்சி என்ற இரண்டின் தேவையையும் உறுதிப்படுத்துகிறது, தனிநபர் ஏற்றுக் கொண்ட பொறுப்பு மற்றும் தனிநபருக்கு ஏற்கெனவே விதிக்கப்பட்டது என இரண்டும் செயல்படுகிறது. 'காரண'த்திற்காகச் செயல்படும் விதி தான் 'விளைவு'ற்காகவும் செயல்படும் விதியாக இருக்க வேண்டும். காரணமும் அதற்கான விளைவும் எப்போதும் சரி நிகராக இருக்க வேண்டும். மனம் மற்றும் புறப்பொருட்கள் என இரண்டிலும், எப்போதும், என்றும் காரணத்தின் தொடர்ச்சி சமநிலைப்படுத்தப்பட்டுக் கொண்டே இருக்க வேண்டும். எனவே, அது என்றுமே நியாயமானதாக சரியானதாக விளங்கும். இவ்வாறு ஒவ்வொரு விளைவும் ஏற்கெனவே விதிக்கப்பட்டதாகக்

விதியை நிர்ணயிக்கும் ஆற்றல்

கூறப்படுகிறது. ஆனால் அவ்வாறு முன் விதிக்கப்பட்டதற்கு ஒரு ஆற்றல் காரணமாக இருந்திருக்கிறது, காரணங்களைக் கருத்தில் கொள்ளாமல் தான்தோன்றித்தனமாக அவ்விதி விதிக்கப்படவில்லை.

மனிதன், காரணங்களின் தொடர்ச்சிக்குத் தானே பொறுப்பு என்பதைக் கண்டறிகிறான். அவனது வாழ்வு என்பது காரணம் மற்றும் அதன் விளைவு என்பவற்றால் கட்டமைக்கப்பட்டதாக உள்ளது. விதைத்தல் மற்றும் அறுவடை என இரண்டுமாக உள்ளது. அவனது ஒவ்வொரு செயலும் ஒரு காரணமாகும். அதற்குரிய விளைவால் அது சமநிலைப்படுத்தப்பட வேண்டும். அவனால் காரணத்தைத் தேர்வு செய்ய முடியும் (இதுவே தன் விருப்பம்/சுய முயற்சி). அவனால் விளைவைத் தேர்வு செய்யவோ, மாற்றவோ அல்லது திசை திருப்பவோ முடியாது (இதுவே விதி). ஆக இவ்வாறு தன்விருப்பம்/சுய முயற்சி என்பது காரணத்தைச் செயல்படுத்துவதற்கான ஆற்றலாக உள்ளது. விதியின் செயல்பாடாக விளைவு உள்ளது.

எனவே, மனிதன் குறிப்பிட்ட இலக்கை அடைய வேண்டும் என்று விதிக்கப்பட்டிருப்பது உண்மை

தான், ஆனால், அவ்வாறு விதிக்கப்படுவதற்குக் காரணமான கட்டளையை இட்டவனே அவன் தான். (அவன் இதை அறியாமல் இருக்கலாம்). அவனது சொந்தச் செயல்களின் விளைவுகளிலிருந்து, அது நன்மையோ தீமையோ, தப்புவதற்கு எந்த வழியுமில்லை.

மனிதன் அவனது செயல்களுக்குப் பொறுப்பேற்க முடியாது, அவை அவனது குண இயல்பின் விளைவுகள். அவனது குண இயல்புகளுக்கு அவன் பொறுப்பேற்க முடியாது, அது நல்லதோ கெட்டதோ, அது அவனுக்குப் பிறப்பிலேயே வழங்கப்பட்டது என இங்கு வாதிடப்படலாம். ஒருவேளை குண இயல்பு என்பது பிறப்பிலேயே மாற்றத்துக்கு உட்படாததாக வழங்கப்பட்ட ஒன்று என்றால், இது உண்மையாக இருக்கலாம். அந்த நிலையில், எந்த அறநெறி நீதிகளுக்கோ அல்லது அறநெறி போதனைகளுக்கோ இடம் இருக்காது. ஆனால், குண இயல்பு என்பது முற்று முதலாக வழங்கப்பட்ட ஒன்றல்ல. அது தொடர்ந்து பண்படுவதற்கும் வளர்ச்சி பெறுவதற்குமான ஒன்று. இயற்கை நியதி அளித்த அக்குண இயல்பு செயல்களினால் ஏற்பட்ட விளைவாகும். ஒருவன் தனது வாழ்நாளின் செயல்பாடுகளினால் அடுக்கடுக்காகக் குவிந்த விளைவே குண இயல்பு ஆகும் என்று சொல்லலாம்.

விதியை நிர்ணயிக்கும் ஆற்றல்

ஒருவன் தனது செயல்பாடுகளைச் செய்ததற்குப் பொறுப்பு ஏற்க வேண்டிய நிலையில் இருக்கிறான்; எனவே, அவனது குண இயல்பின் வடிவமைப்பாளன் அவன் தான்; அவனது செயல்களை மேற்கொள்பவன் ஆதலால் அவனது குண இயல்பின் வடிவமைப்பாளன் ஆகிறான், அவனது விதியைச் செதுக்கி உருவமைப்புப்பதும் அவன் தான். தனது செயல்பாடுகளைத் திருத்தியும் மாற்றியும் அமைக்கும் வலிமையையும் ஆற்றலையும் ஒருவன் பெற்றிருக்கிறான். அவன் செயல்படும் ஒவ்வொரு முறையும் அவன் தன் குண இயல்பைத் திருத்தி அமைக்கிறான், நன்மை அல்லது தீமை என எந்த ஒன்றின் பொருட்டோ அவன் தன் குண இயல்பைத் திருத்தியமைப்பதன் வாயிலாக தனது புதிய விதியை நிர்ணயிப்பவன் ஆகிறான். அவனது செயல்பாடுகளின் தன்மைக்கு ஏற்ப அந்த விதி பெருநன்மையாகவோ அல்லது பேரழிவாகவோ இருக்கும். நிலைப்பெற்ற கூட்டுச் செயல்பாடுகளின் தொகுப்பாக குண இயல்பு இருப்பதால், அந்தச் செயல்பாடுகளின் விளைவை அது தன்னகத்தே கொண்டிருக்கும். எனவே, குணயியல்பே விதியாகும். இவ்விளைவுகள் அறநெறி செயல்படுவதற்கு வேண்டிய விதைகளாக, குண இயல்பின் அடி ஆழத்தில் புதைந்து இருக்கும். முளைவிட்டு வளர்ந்து

காய்த்துக் கனிவதற்கான உரியக் காலம் வரை காத்திருக்கும்.

ஒருவனை நாடி வருபவைகள் எல்லாம் அவனின் பிரதிபலிப்புக்களே. அவற்றைத் தடுக்க வேண்டும் என்று அவன் மேற்கொண்ட பெருமுயற்சிகளை முறியடித்து, அவன் மன்றாடி செய்த வேண்டுதல்களைப் பொருட்படுத்தாமல் புறந்தள்ளிவிட்டு, அவனைத் தப்பவிடாமல் பின்தொடர்ந்த துன்புறுத்தும் விதி என்பது அவன் செய்த தீய செயல்களின் விளைவிலிருந்து முளைத்து எழுந்த துன்ப நிலையாகும். அதை அவன் அனுபவித்து மீள்வதே அவனுக்கு விதிக்கப்பட்ட மறுஈடாகும். அவன் தேடி அழைக்காமலேயே அவனை நாடி வரும் அருளாசிகளும், சாபக்கேடுகளும் அவனே முன்பு தோற்றுவித்த அதிர்வலைகளின் எதிரொலிகளே.

அனைத்துக்கும் அப்பாற்பட்டுச் செயற்படும் தெய்வீக நீதி; அனைத்து மனிதச் செயல்பாடுகளையும் ஊடுருவிச் சரிப்படுத்திக் கொண்டவாறே இருக்கும் வழுவாத நியாயம்; ஆகியவை குறித்த தெளிந்த அறிவே ஒரு நல் மனிதனை அவனது எதிரிகளின் மீதும் அன்பைச் செலுத்தும் படிச் செய்கிறது. காழ்ப்புணர்வு,

விதியை நிர்ணயிக்கும் ஆற்றல்

வெறுப்பு, குறை சொல்லுதல் போன்றவற்றை விட்டு அவனை மேலெழச் செய்கிறது. அவனுக்கு உரியது மட்டுமே அவனை வந்தடைய முடியும் என்று அவன் உணர்வதே இதற்கான காரணம். அவன் துன்புறுத்துவோர்களால் சூழப்பட்டிருந்தாலும், அவனது எதிரிகள் எனப்படுபவர்கள் தவறிழைக்காத விதியின் செயல்பாட்டில் பங்கு பெறும் வெறும் கருவிகள் தான் என்று சலனமற்று அவன் தன் பாவ கணக்குகளைப் பொறுமையாக பெற்று அறநெறிகளுக்குத் தான் பட்ட கடனைத் திரும்பச் செலுத்துகிறான்.

ஆனால் இது மட்டுமல்ல. அவன் பட்ட கடனை மட்டும் செலுத்தவில்லை. இனி அடுத்ததாக எந்தக் கடனையும் ஏற்படுத்திக் கொள்ளாமல் இருப்பதில் கவனம் கொள்கிறான். அவன் விழிப்போடு இருந்து தன் செயல்பாடுகளைத் தவறு நேராதவாறு செய்யக் கவனம் கொள்கிறான். தீய கணக்குகளை நேர் செய்து முடிக்கும் வேளையில் நன்மையான கணக்குகளை வளர்த்தெடுக்கிறான். அவன் செய்யும் பாவங்களுக்கு முற்றுப்புள்ளி வைப்பதன் வாயிலாக, அவன் தீமைக்கும் துன்பத்திற்கும் முற்றுப்புள்ளி வைக்கிறான்.

சே.அருணாசலம்

இந்த விதி எனப்படுவது செயல்பாடுகள் மற்றும் குண இயல்புகளின் வாயிலாக எவ்வாறு செயல்படுகிறது என்பதை ஆராயும் நோக்கில் குறிப்பிட்ட நிகழ்வுகளை ஆய்வுக்கு உட்படுத்தி நீதியின் செயல்பாட்டு முறையைக் காண விழைவோம். முதலில், நாம் இந்த நிகழ்கால வாழ்வை எடுத்துக் கொள்வோம், காரணம், நிகழ்காலம் என்பது இதுவரை கடந்து வரப்பட்டுள்ள முழு இறந்த காலத்தின் சாரம்சம் தான். ஒரு மனிதன் இதுவரை எண்ணிய எண்ணங்கள் மற்றும் செய்த செயல்கள் ஆகியவற்றின் விளைவுகள் மொத்தமும் அவனுள் அடங்கியிருக்கின்றன. பல வேளைகளில் நல்லவன் தோல்வி அடைவதையும் அபகரிப்பாளன் வளம் கொழிப்பதையும் காண முடியும்-இந்த நிதர்சன நிகழ்வு, நன்மையை வலியுறுத்தும் எல்லா அறநெறி கோட்பாடுகளையும் கேள்வி குறியாக்குகிறது. இதனால் பலரும், மனித வாழ்வில் நீதி, நியாயம் செயல்படுகிறதா எனச் சந்தேகித்து அது செயல்படவில்லை என மறுக்கிறார்கள். அநியாயத்திற்குத் துணைநிற்பவர்கள் தான் வளமாக வாழ்வார்கள் என்றும் அறுதியிட்டு சொல்வார்கள்.

என்றாலும், அறநெறிகளை நிலைநாட்டும் நீதி, செயல்பாட்டில் தான் இருக்கிறது, இத்தகைய

விதியை நிர்ணயிக்கும் ஆற்றல்

மேலோட்டமான முடிவுகளால் அதை மாற்றவோ திசை திருப்பவோ முடியாது. மனிதன் எனப்படுபவன் தொடர்ந்து மாற்றங்களுக்கு உள்ளாகிப் பரிணமித்து வளர்ச்சி பெறுபவன் என்பதை இங்கு நினைவில் கொள்ள வேண்டும். நல்லவன் எப்போதும் நல்லவனாக இருந்தது இல்லை. தீயவன் எப்போதும் தீயவனாக இருந்தது இல்லை. இந்த வாழ்விலேயே எடுத்துக் கொண்டாலும் சரி, ஒரு காலம் இருந்திருக்கிறது, அதில் பல சமயங்களில் இப்போது நீதியாளனாக இருப்பவன், அநீதியாளனாக இருந்திருக்கிறான். இப்போது இரக்கமுள்ளவனாக இருப்பவன், கொடியவனாக இருந்திருக்கிறான். இப்போது மன மாசில்லாதவனாக இருப்பவன், களங்கமானவனாக இருந்திருக்கிறான்.

அது போலவே, ஒரு காலம் இருந்திருக்கிறது, அதில் பல சமயங்களில் இப்போது அநீதியாளனாக இருப்பவன், நீதியாளனாக இருந்திருக்கிறான். இப்போது கொடியவனாக இருப்பவன், இரக்கமுள்ளவனாக இருந்திருக்கிறான். இப்போது களங்கமானவனாக இருப்பவன், மன மாசில்லாதவனாக இருந்திருக்கிறான். இவ்வாறு, இன்று நல்லவன் அனுபவிக்கும் துன்பம் என்பது அவன் முந்தைய காலத்தில் விதைத்த தீங்கின் விளைவை அறுவடை செய்வதாகும். தற்போது

சே.அருணாசலம்

அவன் விதைத்து வரும் நன்மையின், மகிழ்ச்சியான விளைவைப் பின்பு அவன் அறுவடை செய்வான். தீயவனும் முன்பு விதைத்த நன்மையின் விளைவை இன்று அறுவடை செய்கிறான், தற்போது அவன் விதைத்து வரும் தீமையின் துன்பமான விளைவைப் பின்பு அவன் அறுவடை செய்வான்.

குண இயல்புகள் என்பன மனதின் நிலைப்பெற்ற பழக்க வழக்கங்கள், தொடர்ச்சியான செயல்பாடுகளால் விளைந்த விளைவு. பல தடவை செய்யப்படும் செயல் தன்னுணர்வின்றி அல்லது தன்னியக்கமாக செய்யப்படும் செயலாக மாறிவிடும், அதாவது, அந்தச் செயல்பாட்டாளனின் எந்த பெரு முயற்சியும் இல்லாமலேயே அந்தச் செயல் தொடர்ந்து நடைப்பெறும், அதிலிருந்து விலகியிருப்பது அவனுக்கு இயலாததாகி விடும். அவனது குண இயல்பாகவே அது ஒன்றி கலந்து விட்டது.

இங்கே, ஏழையாக உள்ள ஒருவன், பிழைப்பதற்கான வேலையின்றி இருக்கிறான். அவன் நேர்மையானவன், கவனமுடன் பணி செய்பவன், சாக்கு போக்கு சொல்பவனல்ல. அவனுக்கு வேலை வேண்டும், ஆனால், அவனால் அதைப் பெற முடியவில்லை. அவன் அதற்காகப்

பெரிதும் முயல்கிறான், ஆனால் தொடர்ந்து தோல்வியுறுகிறான். இவன் படும்பாட்டில் நியாயத்தின் செயல்பாடு எங்கே இருக்கிறது? இதே மனிதனது வாழ்வில் ஒரு காலம் இருந்திருக்கிறது. அப்போது அவன் செய்வதற்குரிய பணிகள் ஏராளமாக இருந்தன. அவன் அவற்றை பாரமான சுமையாகக் கருதினான். அவற்றைத் தட்டிக் கழித்தான். அவற்றிலிருந்து விடுபட்டு வேலையில்லாத ஒய்வு நிலையை விரும்பினான்.

எந்த வேலையும் செய்யாமல் இருப்பது எவ்வளவு இனிமையாக இருக்கும் என்று ஏக்கம் கொண்டான். அவனுக்குக் கிடைத்திருந்த பேரருள் நிலையை அவன் நன்றி பாராட்டவில்லை. அவன் ஆசைப்பட்ட வேலையற்ற நிலை இப்போது ஈடேறியிருக்கிறது, ஆனால், அவன் எண்ணியிருந்தது போல அந்தக் கனியின் சுவை இனிமையாக இல்லாமல் அவன் வாயில் சாம்பலாக மாறி புளித்தது. எந்த வேலையும் செய்ய வேண்டாம் என்று அவன் அடைய எண்ணிய நிலையை அவன் அடைந்து விட்டான், அந்த நிலையில் அவன் கற்க வேண்டிய பாடங்களை கற்கும் வரை அங்கிருந்து அவன் வெளி வர முடியாது.

தொடர்ந்து சோம்பி இருப்பது தன்னைத் தரம் தாழ்த்துகிறது என்பதைப் பாடமாக அவன் நிச்சயம் கற்றுக் கொள்கிறான். எந்த வேலையும் செய்யாமல் இருப்பதை ஒரு வழக்கமாக கொண்டிருப்பது சாபக் கேடானது என்றும் பணி என்பது ஒரு மேன்மையான ஆசிர்வதிக்கப்பட்ட உயர்நிலை என்றும் உணர்கிறான். அவனது முந்தைய ஆசைகளும் செயல்பாடுகளும் அவனை அவனது தற்போதைய நிலைக்கு அழைத்து வந்திருக்கின்றன. பணியின் மீதான அவனது தற்போதைய உள்ளார்ந்த ஆசையும் இடைவிடாத தேடலும் அதன் நன்மையான விளைவை அது போல நிச்சயம் கொண்டு வரும். அவனது தற்போதைய நிலை வழங்கிய படிப்பினையின் காரணமாக சோம்பிக் கிடப்பதை அவன் விரும்புவது இல்லை. காரணம் நில்லாமல் போய்விட்டதால், விளைவு தனித்து நிற்க முடியாமல் போய்விடும். அவன் கூடிய விரைவில் வேலைகளைப் பெறுவான். அவன் குவிந்த மனதோடு வேலையை அணுகினால், மற்றவற்றை விட வேலையை அதிகம் விரும்பினால், எல்லாப் பக்கங்களிலிருந்தும் அவனை நோக்கி வேலைகள் குவியும், அவன் தனது துறையில் சிறந்து ஓங்கி விளங்குவான்.

காரணமும் அதைத் தொடரும் விளைவு என்ற விதியின் செயல்பாட்டை அவன் இன்னமும்

விதியை நிர்ணயிக்கும் ஆற்றல்

விளங்கிக் கொள்ளாதவனாக அவன் இருந்தால், ஏன் அவன் நாடாமல் இருக்கும் போதும் அவனை நோக்கி வேலைகள் வருகிறது மற்றவர்கள் அதை அடைய நினைத்தும் ஏன் அவர்கள் பெறுவதில்லை என்ற வியப்பு அவனுக்கு ஏற்படும். முயற்சிக்கும் ஆர்வமே ஒன்றை ஈர்க்கிறது. எங்கே நிழல் இருக்கிறதோ, அங்கே நிஜப்பொருளும் இருக்கின்றது. தனி ஒருவனை நாடி வருபவை எல்லாம் அவனது செயல்களின் கூட்டு உருவாக்கமே.

முக மலர்ச்சியுடன் தொழில் புரிவது அந்தத் தொழில் பெருகுவதற்கும் வளம் கொழிப்பதற்கும் வகை செய்யும். ஏற்றுக் கொண்ட வேலையைத் தட்டிக்கழிப்பதும் வேண்டாத வெறுப்புடன் செய்வதும் தொழில் குறுகுவதற்கும் வளம் குறைவதற்கும் வகை செய்யும். இதே நிலை தான் வாழ்வின் எல்லாச் சூழல்களுக்கும் பொருந்தும்- அவை ஒவ்வொரு தனிமனிதனின் எண்ணங்களாலும் செயல்களாலும் உருவான விதியாகும். பல வகையான குண இயல்புகளும் இதே போலத் தான்- விதைக்கப்பட்ட விதை என்னும் செயல்பாடுகள் முளைத்து வளர்ந்து பூத்துக் காய்த்துக் கனிவதாகும்.

தனியொருவன் தான் விதைத்ததைத் தானே அறுவடை செய்வது போல, தனி நபர்களின் கூட்டினாலான சமூகமாக இருக்கும் நாடும் கூட, தான் ஒருங்கே கூடி விதைத்ததையே அறுவடை செய்யும். நாட்டின் தலைவர்கள் நீதியாளர்களாக இருக்கும் போது நாடு தழைத்து ஓங்கும். நீதியை கடைபிடிப்பவர்கள் மறையும் போது நாடும் கீழ் நிலைக்குச் சரிந்து புகழை இழக்கும். ஆட்சி அதிகாரத்திலிருப்பவர்கள்-, நாட்டிற்கு, அது நன்மையோ அல்லது தீமையோ, ஒரு முன்னுதாரணமாக விளங்குகிறார்கள்.

ஒரு நாட்டின் வளமும் நிம்மதியும் எப்போது தழைத்து ஓங்கும்.என்றால் நாட்டின் முக்கிய அரசாங்க பதவிகளை வகிப்பவர்கள் தனிநபர்கள் தங்களது உள்ளத்தில் ஒரு மிகப் பெரும் நேர்மையான குண இயல்பை நிலையாக பதித்தவாறு, நாட்டு மக்களின் ஆற்றல்களும் குண இயல்புகளும் அறநெறிகளைக் கடைபிடித்து ஒழுகுவதள்கு வளர்த்துக் கொள்ள வழிநடத்தும் போது தான். தனிநபர்கள் தங்கள் தொழில்களில் நேர்மையான உழைப்போடு சிறந்த முறையில் ஈடுபடும் போது தான் நாடு வளமான பாதையில் செல்லும்.

விதியை நிர்ணயிக்கும் ஆற்றல்

நித்தமும் மாற்றத்துக்கு உள்ளாகியபடியே இருக்கும் விதி என்னும் ஆடையானது, மனிதர்கள் தங்கள் கைகளால் தாங்களே கண்ணீர் வடித்தோ அல்லது புன்னகை சிந்தியோ நெய்யப்பட்டதாகும். தத்தம் கைகளால் அவர்கள் நெய்த ஆடையை அவர்களுக்கு அணிவிக்க அனைத்துக்கும் மேலான இயற்கை நியதி அமைதியாக, பிறழாத நீதியுடன் காத்திருக்கிறது. வாழ்வு என்பது குண இயல்புகளைப் பண்படுத்தி வளர்த்துக் கொள்வதற்கான சிறந்த பள்ளி. சோதனைகளாலும் போராட்டங்களாலும், தீய நெறிகளாலும் நன்னெறிகளாலும், வெற்றிகளாலும் தோல்விகளாலும், மெய்யறிவின் பாடங்கள் மெதுவாக, ஆனால், உறுதியாக, அனைவராலும் கற்று உணரப்படுகின்றன.

சே. அருணாசலம்

2. தன்னைக் கட்டுப்படுத்தியாளுதல் என்னும் அறிவியல்

நாம் ஓர் அறிவியல் யுகத்தில் வாழ்ந்து வருகிறோம். அறிவியலாளர்கள் என அறியப்படுபவர்கள் இப்பொழுது ஆயிரக்கணக்கில் இருக்கிறார்கள். புதிய கண்டுபிடிப்புக்களை உருவாக்கவும் அறிவியலை விரிவாக்கவும் அவர்கள் இடைவிடாத தேடல்களிலும், ஆய்வுகளிலும் பரிசோதனைகளிலும் ஈடுபட்டவாறு இருந்து வருகிறார்கள்.

நமது பொது மற்றும் தனியார் நூலகங்களின் அடுக்குகள் எல்லாம் அறிவியலின் பல்வேறு வகை நூல்களாலும் நிரம்பியிருக்கின்றன. வீடோ அல்லது வீதியோ, கிராமமோ அல்லது நகரமோ, நிலத்திலோ அல்லது கடலிலோ - நவீன அறிவியலின் வியப்பிலாழ்த்தும் சாதனைகள் கண்முன் சாட்சியாக எப்போதும் இருக்கின்றது -ஒரு அற்புதமான கருவி அறிவியலின் சமீபத்திய சாதனையின் சான்றாக

விதியை நிர்ணயிக்கும் ஆற்றல்

எப்போதும் உடன் இருக்கின்றது. நமக்கு வசதியை அளிக்கின்றது, பணிகளை விரைவாக முடிக்கின்றது அல்லது உழைப்பை மிச்சப்படுத்துகிறது.

அறிவியல் முன்னேற்றங்களின் தற்போதைய நிலை இந்த அளவுக்கு வளர்ந்துள்ள போதும், அதன் கண்டுபிடிப்புகளும் ஆராய்ச்சி முடிவுகளும் இக்காலத்தில் உலகையே உலுக்குகின்றன என்றாலும், சிறிதும் கவனிக்கப்படாமல் புறந்தள்ளப்பட்ட அறிவியலின் ஒரு துறையானது ஏறக்குறைய மறக்கப்பட்ட நிலைக்கு இப்பொழுது வந்து விட்டது. அந்த அறிவியல், மற்ற அனைத்து வகை அறிவியல்களை ஒரு சேர வைத்தாலும், அதைக் காட்டிலும் கூடுதல் முக்கியத்துவம் வாய்ந்தது. அந்தத் துறை செயல்படவில்லை என்றால் மற்ற அறிவியல் துறைகளின் வளர்ச்சிகள் சுயநலத்தின் நோக்கங்களை மட்டுமே ஈடேற்றும், மனிதனின் அழிவுக்கே வழி வகுக்கும். தன்னைக் கட்டுப்படுத்தி ஆள்வது என்ற அறிவியல் துறையையே நான் இங்கு இவ்வாறு குறிப்பிடுகிறேன்.

நமது நவீன அறிவியலாளர்கள் தங்களுக்கு வெளியில் உள்ள மூலக்கூறுகளையும் ஆற்றல்களையும் கட்டுப்படுத்திப் பயன்படுத்த

சே.அருணாசலம்

வேண்டும் என்னும் நோக்கில் ஆய்வு செய்கிறார்கள். பண்டைய காலத்தவர் தங்களுக்குள் உள்ளிருந்த கூறுகளையும் ஆற்றல்களையும் கட்டுப்படுத்திப் பயன்படுத்த வேண்டும் என்னும் நோக்கில் ஆய்வு செய்தனர். அவர்களுள் சிலர் பெரும் வல்லுநர்களாக இந்தத் துறையில் உருவாகியிருந்தனர். அவர்கள் இன்று வரையிலும் கடவுளாகவும் ஆண்டவனாகவும் போற்றப்படுகின்றனர். உலகின் பெரும்பாலான மத அமைப்புக்கள் எல்லாம் அவர்களது சாதனைகளின் அடிப்படையிலேயே உருவாகியிருக்கின்றன.

இயற்கையின் ஆற்றல்கள் அற்புதமானவை. ஆனால், அவை ஒருமித்து இருக்கக் கூடிய அறிவாற்றல்களின் உருவாக்கமாக விளங்கும் மனிதனது மனதின் முன் ஒப்பிடுகையில் அவை பெருமளவு தாழ் நிலையில் உள்ளவையே. காரணம், அவை இயற்கையின் இயற்பியல் விதிகளின் படி இயங்கும் பேராற்றல்களின் மீது ஆதிக்கம் செலுத்தி முறைப்படுத்துகின்றன. எனவே, இதன் அர்த்தம் உள் இருக்கும் தீவிர உணர்வுகளின் ஆற்றல்களை, ஆசைகளை, அறிவை புரிதலுடன் கட்டுப்படுத்தி ஆள்வது என்பது மனிதர்களின் விதியை-தேசங்களின் விதியை நிர்ணயிக்கும் ஆற்றலைப் பெற்றிருப்பதாகும்.

விதியை நிர்ணயிக்கும் ஆற்றல்

மற்ற சாதாரண அறிவியல்களைப் போலவே, இந்தத் தெய்வீகமான அறிவியலிலும் அடைவதற்குப் பல படிநிலைகள் இருக்கின்றன. ஒருவன் தன்னைக் கட்டுப்படுத்தி ஆள்வதில் சிறந்து இருக்கும் போது-, அவன் அறிவில் சிறந்து இருப்பான், தனக்குள் சிறந்து இருப்பான், உலகின் மீது அவனது தாக்கத்தின் வீச்சு சிறந்து இருக்கும்.

புற உலகில் காணப்படும் இயற்கையின் ஆற்றல்களைப் புரிதலுடன் கட்டுப்படுத்தி ஆள்பவன் இயற்கை அறிவியலாளன் ஆவான். மனதின் உள் காணப்படும் ஆற்றல்களைப் புரிதலுடன் கட்டுப்படுத்தி ஆள்பவன் தெய்வீக அறிவியலாளன் ஆவான். புற நிகழ்வுகள் எப்படி நிகழ்கின்றன என்ற அறிவை பெறுவதற்குச் செயல்படும் விதிகள், அக நிகழ்வுகள்((மனதில் உதிக்கும் எண்ணங்களின் விளைவுகள்) எப்படி நிகழ்கின்றன என்ற அறிவை பெறுவதற்கும் செயல்படும்.

ஒருவன் சிறந்த அறிவியலாளன் என்னும் தகுதியை சில வாரங்களிலோ அல்லது சில மாதங்களிலோ, ஏன், சில ஆண்டுகளிலோ கூட பெற முடியாது.

அவன் பல ஆண்டுகள் கடினமான ஆராய்ச்சியில் ஈடுபட்டுத் தெளிந்த அறிவை வளர்த்துக் கொண்ட பின்னரே அதை உரிய அதிகாரத்தோடு வெளிப்படுத்துவதற்கான ஆற்றலைப் பெற முடியும், சிறந்த அறிவியலாளன் என்னும் உயர்நிலையை எட்டிய ஒருவராக விளங்க முடியும். அது போலவே தன்னை அடக்கி ஆளுதல் என்னும் அறிவியலை ஒருவன் கற்றுத் தேர்வது என்பது எளிதானது அல்ல. மெய்யறிவையும் நிம்மதியையும் அருளும் அந்த மெய்ஞானத்தைப் பெறுவது என்பது எளிதானது அல்ல. பல ஆண்டுகள் பொறுமையான உழைப்பிற்குப் பின்பே அதை ஒருவன் பெற முடியும். எந்த வித ஆரவாரத்தையும் விளம்பாமல் சத்தமின்றி மேற்கொள்ளப்பட வேண்டிய அந்தக் கடுமையான உழைப்பு, அதை மேலும் கடினமாக்குகிறது. இந்த உழைப்பு மற்றவர்களுக்குப் புலப்படாமல் இருப்பதால் அவர்களது அங்கிகாரமோ பாராட்டோ இதற்குக் கிடையாது. இந்த அறிவியலில் திறனைப் பெறப் பயிற்சியைத் தொடர்பவன், புற அங்கிகாரங்கள் குறித்துக் கவலைப்படக் கூடாது, பரிசுகள் பற்றிய எதிர்பார்ப்பைத் துறக்க வேண்டும், வெற்றிகரமாகத் தனித்து நிற்க கற்றுக் கொள்ள வேண்டும்.

இயற்கை அறிவியலாளன், கீழ் காணும் இந்த வரிசை படிநிலைகளை முறையே கடந்து வந்ததன்

விதியை நிர்ணயிக்கும் ஆற்றல்

விளைவாக அந்த ஞானத்தைப் பெற்று விளங்குகிறான்:

1. கூர்ந்து கவனித்தல்: அதாவது, இயற்கை நிகழ்வுகளை அவன் கூர்ந்து கவனிக்கிறான். அவற்றைக் கூர்ந்து கவனிப்பதை ஒரு தொடரும் பழக்கமாக அவன் கொண்டிருக்கிறான்.

2. பரிசோதனை: கூர்ந்து கவனித்தலை அவன் தொடர் பழக்கமாக பயில்வதால் அது அவனோடு ஒன்றற கலந்த இயல்பாகிவிடுகின்றது. அவனுக்கு நன்கு பரிச்சயமான நடப்புக்களை, அவற்றின் பின்புலத்தில் இருக்கும் இயற்கை விதியை அறியும் நோக்கில் அந்நடப்புக்களை பரிசோதனைக்கு உட்படுத்துகிறான். அதன் விளைவாக எழுந்த தன் கருத்துக்களை அறுதியிட்டு கூறும் பொருட்டு வளைந்து கொடுக்காத வழிமுறைகளை ஏற்படுத்தி மீண்டும் ஆய்வுக்கு உட்படுத்துகிறான். எது பயனில்லாதது, எது பயனுடையது என்பதை இந்த ஆய்வு அவனுக்கு உணர்த்துகிறது. பயனில்லாததை நிராகரித்து பயனுடையதை அவன் தக்க வைத்துக் கொள்கிறான்.

3. வகைப்படுத்தல்: எண்ணில் அடங்காத கவனிப்புகளாலும் பரிசோதனைகளாலும் அவன் சேர்த்து வைத்திருந்த அறுதியிடல்களை உறுதிப்படுத்திய பின், அந்த அறுதியிடல்களை அவன் வகைப்படுத்தத் தொடங்குகிறான். அவற்றை முறையாக பிரித்து அணி அணியாக வரிசைப்படுத்துகிறான். அந்த அறுதியிடல்களை ஒருங்கிணைத்து முறைப்படுத்தி ஆள்கின்ற ஏதோ விதியை, ஒளிந்திருக்கக் கூடிய ஒன்றிணைக்கும் கோட்பாட்டைக் கண்டறிவதற்கான முயற்சியே இந்த வகைப்படுத்தலின் நோக்கம் ஆகும்.

4. கருத்துருவாக்கம்: நான்காம் நிலையான கருத்துருவாக்கத்திற்கு வருகிறான். அறுதியிடல்கள், பரிசோதனை ஆய்வுகளின் விளைவுகள் எல்லாம் அவன் முன் தெள்ளத் தெளிவாக வெளிப்படுத்திக் கொண்டுள்ள நிலையில் புறப்பொருட்களின் பின் ஒளிந்துள்ள விதியை எந்தச் சூழ்நிலையிலும் மாற்றத்துக்கு உள்ளாகாத சில செயல்பாடுகளின் வாயிலாக அவன் கண்டறிகிறான்.

5. தெளிந்த அறிவு சில விதிகளை நிலைநாட்டி நிரூபித்த பின் ஒருவன் அறிவியலாளன் என்றும் விஞ்ஞானி என்றும் போற்றப்படுகிறான்.

இந்த தெளிந்த அறிவியல் அறிவை பெறுவது மிகப் பெரும் முயற்சியின் விளைவு என்றாலும், அவ்வாறு அந்த அறிவை பெறுவது ஓர் இறுதி நிலை அல்ல. ஓர் அழகிய பொன்நகையைப் பெட்டகத்தில் பூட்டி வைப்பது போல, மனிதர்கள் தங்களுக்கு மட்டும் என்று மனதிற்குள் பூட்டி வைப்பதற்காக அறிவைத் தேடி அடைவது இல்லை. அத்தகைய அறிவின் இறுதி நிலை என்பது பயன்பாடு, உதவிபுரிவது, உலகின் மேன்மை மற்றும் மகிழ்ச்சியை அதிகப்படுத்துவதாகும். எனவே, ஒருவன் அறிவியலாளன் ஆகும் போது அவன் தான் பெற்ற அறிவை இந்த உலகின் நன்மைக்காக வழங்குகிறான். தனது உழைப்பின் பலனைச் சுயநலமின்றி மனிதக் குலத்திற்குத் தருகிறான்.

ஆக, தெளிந்த அறிவையும் அதன் பயன்பாட்டையும் கடந்து ஒரு படி இருக்கிறது, அது, ஈட்டிய தெளிந்த அறிவை சுயநலமின்றி சரியான முறையில் பயன்படுத்துவது, தெளிந்த அறிவைக் கொண்டு பொது நன்மைக்காகக் கண்டுபிடிப்புக்களை உருவாக்குவது.

மேற்குறிப்பிட்ட ஐந்து படிநிலைகளும் அல்லது செயல்பாடுகளும் வரிசைமுறை மாறாமல் ஒன்றன் பின் ஒன்றாக பின் தொடர்வதைக் கவனிக்க முடியும். இவற்றில் ஏதோ ஒன்றை மட்டும் ஒருவன் கைவிடுகிறான் என்றால் கூட அவனால் அறிவியலாளனாகவோ அல்லது விஞ்ஞானியாகவோ முடியாது. எடுத்துக்காட்டாக, கூர்ந்து கவனித்தல் என்ற முதல் படியை அவன் புறக்கணிக்கிறான் என்றால், இயற்கையின் இரகசியங்கள் வெளிப்படும் அந்தத் தளத்தின் உள் அவனால் அடி எடுத்துக் கூட வைக்க முடியாது.

முதற் கட்டமாக, அவன் அறிவைத் தேட முற்பட்ட பொழுது, அவன் கண் முன் ஒரு பிரபஞ்ச அளவிலான விடயங்கள் விரிந்து இருக்கின்றன. அவற்றில் பல, உண்மையாகவே, ஒன்றுக்கு ஒன்று எதிரானவையாகத் தோற்றம் அளிக்கின்றன. குழப்பமே மேலோங்கி இருக்கிறது. ஆனால், இந்த ஐந்து படிநிலைகளை அவன் பொறுமையோடு உழைப்பைச் சிந்தித் தொடர்கிறான். அவன் அந்த விடயங்களின் அணிவரிசையை, இயல்பை, சாரம்சத்தைக் காண்கிறான். அவை அனைத்தையும் பிணைத்து ஒன்றியக்கும் மைய விதி அல்லது விதிகளை உணர்கிறான். குழப்பம் மற்றும் அறியாமைக்கு ஒரு முடிவு கட்டுகிறான்.

விதியை நிர்ணயிக்கும் ஆற்றல்

இயற்கை அறிவியலாளனுக்கு எப்படியோ, அப்படி தான் ஆன்மீக அறிவியலாளனுக்கும். சுய-அறிவு, சுய-கட்டுப்பாட்டை அடைய அவன் தன்னலத்தைத் துறக்கும் பொறுப்புணர்வோடு ஐந்து படிநிலைகளைக் கடக்க வேண்டும். இயற்கை அறிவியலாளனுக்கு விதிக்கப்பட்ட படிநிலைகள் போலத் தான் இவை என்றாலும் மனதின் கவனம் செலுத்தப்படும் திசை புறப்பொருட்களின் மீது அல்லாமல் உள்முகமாக திருப்பப்படுகிறது. ஒருவனது மனதைப் பற்றிய ஆய்வு மனதின் தளத்திலேயே அவனது சொந்த மனதால் நிகழ்த்தப்படுகிறது.

தெய்வீக நிலைக்கான தேடலில் ஈடுபட்டிருப்பவன் முதலில் எதிர்கொள்வது அவனது அகம்பாவத்தைத் தான். அவன் அகத்தில் உள்ள பெருந்திரளான ஆசைகள், வெறி உணர்வுகள், கருத்துக்கள், சிந்தனைகள் என எவற்றை எல்லாம் தன்னின் ஒரு கூறாக அகத்தே பாவித்துக் கொள்கிறானோ அவற்றைச் சந்திக்கிறான். அவனது அனைத்துச் செயல்பாடுகளின் அடிப்படையாகவும் இருப்பது அவை தான். அவனது வாழ்வு அங்கிருந்தே புறப்படுகிறது.

கண்களுக்குப் புலப்படாத இவ்வாற்றல்கள் குழப்பமயமாகக் காட்சி தருகின்றன. அவற்றில் சில, ஒன்றுக்கு ஒன்று நேர் எதிரானதாக, முரண்பாடுகளைச் சரிப்படுத்திக்கொள்வதற்கான எந்தச் சாத்தியமோ வாய்ப்போ இல்லாததாக தோற்றம் அளிக்கின்றன. அவனது வாழ்வின் புறப்பாட்டுத்தளமான அவனது மனமும் அவனது வாழ்வும் மற்ற மனிதர்களின் மனங்களோடும் வாழ்வோடும் எந்தத் தொடர்பும் கொண்டிருப்பதாக அவன் உணரவில்லை. மொத்தத்தில் வலி, வேதனை மற்றும் குழப்பத்தின் பிடியில் சிக்கி, தப்புவதற்கான எந்த வழியுமின்றி தவிக்கிறான்.

அவன் அறியாமை நிலையில் இருப்பதை நன்கு உணர்ந்து அங்கிருந்தே தொடங்குகிறான். இயற்கை அறிவியலின் அறிவோ அல்லது ஆன்மீக அறிவோ, அதைப் பெறுவதற்கான படிப்போ அல்லது முயற்சியோ மேற்கொள்ளாமல், தான் ஏற்கனவே அதைப் பெற்றிருப்பதாக ஒருவன் கருதிக் கொண்டிருந்தால், அவனால் அதைப் பெற முடியாது.

தனது அறியாமையைக் குறித்த இந்த உணர்வுடனேயே ஒருவனுக்கு அறிவின் மீதான தேடல் ஏற்படுகிறது. தன்னை அடக்கி ஆளுதல்

விதியை நிர்ணயிக்கும் ஆற்றல்

என்னும் அறிவியலைப் பயில அத்தேடலோடு நுழையும் தொடக்கநிலை மாணவனுக்கான முன்னேற்றப்பாதை கீழ்காணும் ஐந்து படிநிலைகளைக் கொண்டிருக்கிறது:

1. **தன்னை தான் ஆராய்தல்:** இது இயற்கை அறிவியலாளனின் கூர்ந்த கவனிப்பிற்கு இணையானது. மனக்கண், ஓர் ஒளிபாய்ச்சும் விளக்காக மாறி மனதின் எண்ண ஓட்டங்களை ஊடுருவி நித்தமும் மாறியபடி இருக்கும் அதன் நுட்பங்களை ஆராய்ந்து, கூர்ந்து கவனிக்கிறது. இவ்வாறு உலக வாழ்வின் இன்பங்கள் மற்றும் சுயஅபிமான இலட்சியங்கள் போன்ற தன்னல ஈடேற்றல்களிலிருந்து விடுப்பட்டு தனது உண்மை இயல்பைப் புரிந்துக் கொள்ளும் நோக்கோடு ஆராய முற்படுவது தான் தன்னை தான் ஆளுதலின் தொடக்கமாகும். இதுகாறும் அவன் கண்மூடித்தனமாக, சுய ஆற்றல் இல்லாதவனாக, தன்னியல்பின் உந்துதல்களைத் தட்ட முடியாமல் அடிபணிந்து கொண்டிருந்தான். சூழ்நிலைகள் மற்றும் பிற அம்சங்களால் ஆட்டுவிக்கப்படும் கைப்பாவையாக அவற்றை செயல்படுத்திக் கொண்டிருந்தான். ஆனால் இப்போது அவன் தனது உந்துதல்களை சோதிக்கிறான். அவற்றால் கட்டுப்படுத்தப்படுவதற்குப் பதிலாக அவற்றை அவன் கட்டுப்படுத்துகிறான்.

2. சுய ஆய்வு: மனதின் உந்துதல்கள் கவனிக்கப்பட்டு பரிச்சயமான பின் அவை மேலும் உற்று நோக்கப்படுகின்றன. சிறிதும் வளைந்து கொடுக்க இயலாத வகையில் அவை ஆய்வுக்கு உட்படுத்தப்படுகின்றன. தீய உந்துதல்கள்(தீய விளைவுகளை ஏற்படுத்துபவை) நல்உந்துகளிலிருந்து(நல் விளைவுகளை ஏற்படுத்துபவை) பிரித்து அறியப்படுகின்றன. ஒவ்வொரு உந்துதலும் ஊக்குவிக்க கூடிய செயல்பாடுகளிலிருந்து நிச்சயம் தப்பாமல் விளைவுகள் உறுதியாக ஏற்படுகின்றன. இவ்வுந்துதல்கள் ஒன்றோடு ஒன்று கொண்டிருக்கும் நுட்பமான தொடர்பும் அவற்றுக்கு இடையேயான அதிவேகச் பரிமாற்ற நிகழ்வுகளும் ஒன்று கலப்பதால் இந்த விளைவுகள் உருவாக்குகின்றன. இந்த விளைவுகளைப் படிபடியாக மெல்ல ஆராயும் போது, பல்வேறு உந்துதல்களின் இயல்புகளைப் பற்றிய ஒரு புரிதல் ஏற்படுகிறது. இது பரிசோதித்து நிரூபிப்பதற்கான ஒரு வழிமுறையாகும், தேடுதலில் ஈடுபட்டவன் தன்னையே பரிசோதனைக்கு உட்படுத்திக்கொண்டு நிரூபிக்கும் காலமாகும்.

3. சரிப்படுத்திக் கொள்ளுதல்: ஆன்மீகத் தேடலில் ஈடுபட்டிருக்கும் மாணவனுக்கு இந்நேரம், அவனது உந்துதல்களின் இயல்புகளும், அவனது தன்மையின் ஒவ்வொரு கூறும், அவனது மனதின் மிக நுட்பமான அசைவு வரை, அவனது உள்ளத்தின் ஆழமான நோக்கங்கள் வரை அவனுக்குத் தெளிவாக வெளிப்பட்டிருக்கும். சுய ஆய்வு என்னும் விளக்கின் ஒளி பாய்ந்து ஆராயப்படாத பகுதிகளே அவன் உள்ளத்தில் இல்லை என்னும் அளவுக்கு அவன் உள்ளம் என்னும் பரப்பின் மூளை முடுக்கும் கூட ஆராயப்படுகிறது.

அவனது பலவீனமான, சுயநலமான உந்துதல்களோடும் பரிச்சயமாகி இருக்கிறான். அவனது வலிமையான, பேரருளான குணங்களோடும் பரிச்சயமாகி இருக்கிறான். மற்றவர்களை எப்படி நாம் காண்கிறோமோ அதே போலவே நம்மையும் நாம் காண்பது மெய்யறிவின் ஓர் உயர்நிலை எனக் கருதப்படுகிறது. ஆனால், தன்னைத் தான் ஆள்வதற்கு பயில்பவன், இன்னும் ஒரு படி மேலே செல்கிறான். மற்றவர்களது பார்வையில் அவன் எப்படி இருக்கிறான் என்பதை மட்டும் அவன் அறியவில்லை, அவன் உள்ளபடியே எப்படி இருக்கிறான் என்பதையும் அறிகிறான். அவன் தன்னை நேருக்கு நேராக எதிர்

சே.அருணாசலம்

நோக்குகிறான். தனது குறைபாடுகளை இரகசியமாக மறைத்து வைக்க அவன் பாடுபடுவதில்லை. இனிமையான புகழ்ச்சி உரைகளால் தன்னை அவன் தற்காத்துக் கொள்வதில்லை. தன்னையோ அல்லது தனது ஆற்றல்களையோ, அவன் குறைத்தும் மதிப்பிடுவதில்லை அல்லது மிகைப்படுத்தியும் மதிப்பிடுவதில்லை. தற்புகழ்ச்சியாலோ அல்லது சுய பரிவிரக்கத்தாலோ அவன் இனிமேலும் சபிக்கப்பட்டவனாக இருப்பதில்லை. தன் முன் காத்திருக்கும் பணியின் முக்கியத்துவத்தின் முழு வீச்சையும் உணர்ந்திருக்கிறான். சுய கட்டுப்பாடு என்னும் சிகரத்தை நோக்கிய பயணத்தில் அவன் இன்னும் எவ்வளவு உயரம் செல்ல வேண்டும் என்பதையும் காண்கிறான். அதை அடைய என்ன செய்ய வேண்டும் என்பதையும் காண்கிறான்.

அவனிடம் இனி எந்தக் குழப்ப நிலையும் நீடிப்பது இல்லை. எண்ண உலகில் செயல்படுகின்ற விதிகள் குறித்த ஒரு கணநேரப் பார்வை அவனுக்குக் கிடைத்து இருக்கிறது. எனவே, தன் மனதை அந்த விதிகளுக்கு ஏற்ப மாற்றி அமைக்கத் தொடங்குகிறான். இது களைபறிக்கும், தரம்பிரிக்கும், சுத்திகரிக்கும் செயல்பாடாகும். உழவன் நிலத்தில் வளர்ந்த களைகளைப் பறித்து எறிந்து பின் நிலத்தை உழுது பின் நடவிருக்கும்

விதியை நிர்ணயிக்கும் ஆற்றல்

பயிர்களுக்காக அதைப் பண்படுத்துகிறான். அது போல ஆன்மீகத் தேடலில் ஈடுபட்டுள்ள மாணவனும், நற்செயல்கள் என்னும் விதையை விதைத்து நல்ல வழிமுறையான வாழ்வு என்னும் பயிர் விளைந்து அறுவடை செய்வதற்கு முன் ஏற்பாடாக தன் மனதின் தீமை என்னும் களைகளைப் பறித்தெறிய வேண்டும், மன மாசுகளை அறுக்க வேண்டும், மனதைப் பண்படுத்த வேண்டும்.

4. நீதியின் விதி: மனதளவில் செயல்படுகின்ற சிறிய விதிகளுக்கு ஏற்ப தன் எண்ணம் மற்றும் செயல்களை அவன் சரிப்படுத்திக் கொள்வதால் விளைகின்ற இன்பம்-துன்பம், நிம்மதி-மன உறுத்தல், மகிழ்ச்சி-துக்கம் ஆகியவற்றை அவன் உணர்கிறான். அந்தச் சிறிய விதிகளுக்கு எல்லாம் பின்புலமாக ஒரு பெரும் மைய விதி ஈடுபட்டிருப்பதை உணர்கிறான். புற உலகிற்கு எப்படி புவியீர்ப்பு விதியோ அப்படி தான் மன உலகிற்கு இந்த விதி. அனைத்து எண்ணங்களும் செயல்களும் இந்த விதிக்குக் கட்டுப்பட்டே ஆக வேண்டும். இந்த மைய விதியே அவ்வெண்ணங்களையும் செயல்களையும் ஒருங்கமைத்து அவை செயல்படுவதற்கான தளத்தை ஏற்படுத்திக் கொடுக்கின்றது.

சே.அருணாசலம்

இந்த விதியே நீதியின் விதி அல்லது சத்தியத்தின் விதி. இது முழுப் பிரபஞ்சத்தையும் தழுவியது. ஆக உயர்ந்தது. இந்த விதியை அடையாளம் கண்டு அதற்கு அவன் கட்டுப்படுகிறான். புறப்பொருட்களின் இயல்புகளால் தூண்டப்பட்டு மனம் போன போக்கில் கண்மூடித்தனமாக செயல்படுவதற்குப் பதிலாக, தன் எண்ணங்களும் செயல்களும் இந்த மைய விதிக்குக் கட்டுப்பட்டு மீறாமல் இருப்பதை உறுதி செய்கிறான். தன் ஆணவ அகம்பாவத்தை ஈடேற்றிக் கொள்ள அவன் ஒரு போதும் செயல்படுவதில்லை. ஆனால், பிரபஞ்சத்திற்கு, என்றென்றும் எது சரியோ அதையே செய்கிறான். சூழ்நிலைகளுக்கும் தன் இயல்புகளுக்கும் இனியும் அவன் அடிமையாக இருப்பதில்லை, ஆனால், சூழ்நிலைகளையும் தன் இயல்புகளையும் கட்டுப்படுத்தி ஆள்கிறான்.

மனதின் ஆற்றல்களால் அவன் அங்கும் இங்கும் அலைக்கழிக்கப்படுவது இல்லை. தன் இலக்கை அடைய அவ்வாற்றல்களை அவன் கட்டுப்படுத்தி வழிநடத்துகிறான். இவ்வாறு தன் இயல்புகளைக் கட்டுப்படுத்தி தன் ஆளுகைக்குள் கொண்டு வருகிறான். நீதியின் விதிகளை மீறாத, நீதியின் விதிகளோடு முரண்படாத, நீதியின் விதிகளை

விதியை நிர்ணயிக்கும் ஆற்றல்

எதிர்க்காத எண்ணங்களையே எண்ணுகிறான், செயல்களையே செய்கிறான். எனவே, அந்த விதி, துன்பத்திலிருந்தும் தோல்வியிலிருந்தும் அவனை மீட்டுக் கரை சேர்க்கிறது. பாவத்திலிருந்தும், துக்கத்திலிருந்தும், அறியாமையிலிருந்தும், சந்தேகத்திலிருந்தும் அவன் மேலெழுகிறான். வலிமையானவனாகவும், சாந்தமானவனாகவும் நிம்மதியானவனாகவும் ஆகிறான்.

5. தெளிந்த அறிவு: எண்ணும் எண்ணங்கள், செய்யும் செயல்கள் யாவும் சரியானவையாக இருக்க அவன் முயன்று, தனக்கு நேரும் அனுபவங்களின் வாயிலாக தெய்வீக விதிகளின் இருப்பை நிரூபிக்கிறான். மனத்தின் கட்டமைப்பானது அவ்விதிகளை மீற முடியாமல் இருப்பதை உணர்கிறான். மனித செயல்பாடுகள் மற்றும் நிகழ்வுகள் அனைத்திலும், தனிநபர் அளவிலோ அல்லது குறுகிய எல்லையைக் கடந்த தேச அளவிலோ, அந்த விதியே வழிநடத்தும் ஒருங்கமைக்கும் அடிப்படை. இவ்வாறு தன்னைக் கட்டுப்படுத்தி ஆளும் அறிவியலில் மென்மேலும் மெய்யறிவு பெறுகிறான். புறப்பொருட்களை ஆய்வு செய்து திறன் பெற்றவனை இயற்கை அறிவியலாளன் எனச் சொல்லப்படுவது போல மனம் குறித்த அறிவை பெற்ற அறிவியலாளனாகிறான்.

தன்னை கட்டுப்படுத்தியாளுதல் என்னும் அறிவியலை அவன் கற்றுத் தேர்ந்து இருக்கிறான். அவன் அறியாமையிலிருந்து அறிவை, குழப்பத்திலிருந்து தெளிவை வெளிக் கொணர்ந்திருக்கிறான். தனது சுயத்தை பற்றி அவன் பெற்றிருக்கும் அறிவு அனைத்து மனிதர்களது சுயம் குறித்த அறிவை உள்ளடக்கியாதாக இருக்கும். அவனது வாழ்விலிருந்து அவன் பெற்ற அறிவு அனைத்து உயிர்களின் வாழ்வையும் தழுவும்-காரணம் அனைத்து மனங்களும் ஒரே சாரம்சத்தை தான் கொண்டிருக்கின்றன(அவற்றுக்கு இடையேயான வேறுபாடு படிநிலைகளில் தான் உள்ளது). அனைத்து உயிர்களின் வாழ்வும் ஒரே விதியின் அடிப்படையிலேயே கட்டமைக்கப்பட்டிருக்கின்றன. விதிவிலக்கின்றி, எந்த ஒரு தனிநபருக்கும் அவன் எண்ணும் எண்ணங்கள், செய்யும் செயல்களுக்கு ஏற்பவே விளைவுகள் அமையும்.

இயற்கை அறிவியலாளன் எப்படி அவன் ஒருவனுக்காக மட்டுமே இல்லாமல் யாவருக்காகவும் அந்தப் பேரறிவைப் பெற்றிருக்கிறானோ அதே போல, ஆன்மீக அறிவியலாளனும் தெய்வீகமான நிம்மதியூட்டும்

விதியை நிர்ணயிக்கும் ஆற்றல்

இந்தப் பேரறிவை அவன் ஒருவனுக்காக மட்டும் பெற்றிருக்கவில்லை. ஒருவேளை, அப்படி இருந்திருந்தால், பரிணாம வளர்ச்சியின் நோக்கம் முற்றிலுமாக தடைப்பட்டிருக்கும். இயற்கை பெருநீதியின் இயல்பில்-, முற்றிலும் கனியாத அல்லது அரைகுறையாக அல்லது பாதியில் விடப்படுவது என எதுவுமே இல்லை. எவன் ஒருவனாவது, இந்த பேரறிவை அவன் ஒருவனுக்கு மட்டுமே பயன்பட வேண்டும் என்று நினைத்துப் பெற முயன்றால் அவன் நிச்சயம் தோல்வி அடைவான்.

எனவே, இந்த ஐந்தாவது படிநிலையான தெளிந்த அறிவை கடந்த இன்னும் ஒரு படி இருக்கிறது. ஒருவன், தான் பெற்ற அறிவை, முறையாக செயல்படுத்துவதற்கான மெய்யறிவு தான் அது. தனது உழைப்பின் பலனாக விளைந்த இந்த பேரறிவை, எந்த குறுகிய நோக்கமோ மன வருத்தமோ இன்றி, தன்னலம் கருதாமல், மனிதக் குலத்தை மேலுயர்த்தும் எண்ணத்தோடு முன்னேற்றத்தைத் துரிதப்படுத்தும் நோக்கோடு உலகின் மீது பொழிவதே அது..

தங்களின் சொந்த மன இயல்புகளை ஆராய்ந்து கட்டுப்படுத்தவோ பரிசுத்தப்படுத்தவோ

சே.அருணாசலம்

முயற்சிக்காதவர்களால்-, நன்மை-தீமை, சரி-தவறு போன்றவற்றைச் சரியாக வேறுபடுத்தி அறிய முடியாது எனக் கூறப்படுகிறது. எது அவர்களுக்கு இன்பத்தைத் தரும் என நினைக்கிறார்களோ அதைப் பின் தொடர்ந்து அடைய முயற்சிக்கிறார்கள். எது அவர்களுக்குத் துன்பத்தைத் தரும் என நினைக்கிறார்களோ அதைத் தவிர்க்க முயற்சிக்கிறார்கள்.

அவர்களது அனைத்துச் செயல்பாடுகளும் தான் என்று அகம் பாவிக்கும் நிலையிலிருந்தே புறப்படுகின்றன. அவர்களது மனசான்றின் உறுத்தல்களின் வாயிலாகவும் அவ்வப்போது நேரும் பெருந்துன்பங்களை அனுபவிப்பதன் வாயிலாகவும் மட்டுமே-, எது சரி என்பதை, அதுவும் பகுதி அளவில் மட்டுமே, மிகுந்த வலியோடும் வேதனையோடும் உணர்கின்றனர். ஆனால், வளர்ச்சியின் ஐந்து நிலைகளான இந்த ஐந்து படிநிலைகளின் வழியே பயணித்து சுயக்கட்டுப்பாட்டைக் கடைப்பிடிப்பவன் பெற்றுள்ள அறிவு, பிரபஞ்சத்தைப் பாதுகாக்கின்ற இயற்கை நியதியின் அடிப்படையில் அவனைச் செயல்பட வைக்கும். நன்மை-தீமை, சரி-தவறு ஆகியவற்றை அவன் அறிந்திருக்கிறான். அதற்கு ஏற்ப நன்மையை, சரியை தேர்வு செய்து வாழ்கிறான். எது இன்பம், எது துன்பம் என அவன் இனியும்

விதியை நிர்ணயிக்கும் ஆற்றல்

கருதிக் கொண்டிருப்பது இல்லை. எது சரியோ அதை அவன் செய்கிறான். அவனது இயல்பு அவனின் மனச்சான்றுடன் ஒத்திசைகிறது. அவனுக்குள் எந்த மன உறுத்தலும் இருப்பது இல்லை. இயற்கை பெருவிதியுடன் அவனது மனம் ஒன்றியிருக்கிறது. துன்பமோ பாவமோ அவனை இனியும் வாட்டுவது இல்லை. அவனுக்குத் தீமை முற்றுப்பெற்று விட்டது. நன்மையே எங்கும், எதிலும்.

சே. அருணாசலம்

3. மனித வாழ்வியலில் காரணங்களும் விளைவுகளும்

ஒவ்வொரு விளைவும் ஒரு காரணத்தோடு தொடர்புடையது என்பது அறிவியலாளர்களைப் பொறுத்தவரை ஓர் எழுதப்பட்ட விதி. மனித வாழ்வியல் செயல்பாடுகளின் தளத்தில் இதைப் பொருத்திப் பாருங்கள், அங்கே இயற்கை நியதியின் கோட்பாடுகள் வெளிப்படும்.

பிரபஞ்சம் எங்கிலும், ஒரு துகள் தூசியிலிருந்து மிகப் பெரும் சூரியன் வரையிலும், கொஞ்சமும் தடம் புரளாத ஓர் ஒத்திசைவு நிலவுவதை ஒவ்வொரு அறிவியலாளனும் அறிவான்(இப்போது அனைத்து மக்களும் இதை நம்புகிறார்கள்). எங்கும், ஒன்றோடு ஒன்று ஒத்திசைந்து சரிப்படுத்திக் கொள்ளும் நிகழ்வு உடனுக்குடன் நடைபெறுகிறது. பிரபஞ்ச வெளியில் பல இலட்சக்கணக்கான சூரியன்கள் தங்களுக்கே உரியச் சுழலும் கோள்களின் கூட்டங்களோடு கம்பீரமாக செயல்படுகின்றன, அதன் மாபெரும்

விதியை நிர்ணயிக்கும் ஆற்றல்

நெபுலாவோடும், கடலாக விரிந்திருக்கும் விண்மீன்களோடும், எரி நட்சத்திரங்களோடும் அளவிடமுடியாத பெரு வெளியில் கற்பனை செய்ய முடியாத வேகத்தில் பயணிக்கும் போதும், துளியும் சருக்காத ஒத்திசைவு நிலவுகிறது. அதே போல, இயற்கை உலகிலும், அதன் கணக்கிட முடியாத உயிர்வகைகளின் எண்ணில் அடங்கா வடிவுகளோடு, தெளிவாக வரையறையுடன் கூடிய விதிகள் குழப்பமின்றி செயல்பட ஒத்திசைவும் ஒருங்கமைப்பும் என்றென்றும் நிலவுகின்றன.

பிரபஞ்ச முழுமைக்கும் கூட வேண்டாம், ஒரே ஒரு சிறிய பகுதியில் மட்டுமே இந்தப் பிரபஞ்ச ஒத்திசைவின் விதிகளுக்கு உட்படாமல் தன்னிச்சையாக தடை ஏற்படுத்துவதற்கான சாத்தியம் நிலவ முடியும் என்று இருந்தால் கூட இந்தப் பிரபஞ்சம் அதன் நிலையை இழந்து விடும். அது நிலை பெற்று இருக்க முடியாது. அங்கே காணப்படுவது பிரபஞ்ச ஒழுங்காக இருக்காது, ஆனால், பிரபஞ்ச ஒழுங்கீனமாக இருக்கும். நீதியால் கட்டுப்படுத்தப்படும் ஒரு பிரபஞ்சத்தில், அந்த நீதிக்கும் மேலான, அதற்கு அப்பாற்பட்ட, அதை விட உயர்ந்த, அந்த நீதியைப் புறந்தள்ளும் ஒரு தனி ஆற்றல் இருப்பதற்கான சாத்தியம் இல்லை. காரணம், இருப்பவையாவும், அவை மனிதர்களோ இல்லை கடவுளர்களோ, அந்த

நீதியின் இருப்பால் மட்டுமே நிலைப் பெற்று இருக்கின்றன. அவர்கள் அனைவரிலும் மிக உயர்ந்தவர்கள், சிறந்தவர்கள் மற்றும் மெய்யறிவு மிக்கவர்கள் அந்த நீதிக்கு முழுமையாக கட்டுப்பட்டு மெய்யறிவினும் மேலான ஒரு மெய்யறிவைத் தங்களிடமிருந்து வெளிப்படுத்துவார்கள். அந்த நீதியை விடச் சிறந்த ஒன்றை அமைக்கவோ உருவாக்கவோ முடியாது.

கண்களுக்குப் புலப்படுபவையோ அல்லது புலப்படாதவையோ, அனைத்தும், எல்லையில்லாத என்றும் நிலையான இந்தக் காரண விளைவு நீதிக்கு உட்பட்டு கட்டுப்படுகின்றன. கண்களுக்குப் புலப்படுபவை மீற முடியாமல் கீழ்ப்படிவது போல, கண்களுக்குப் புலப்படாதவையும் கீழ்ப்படியும். மனிதர்களின் எண்ணங்களும் செயல்களும், அவை இரகசியமானவையோ அல்லது வெளிப்படையாக நிகழ்பவையோ-,அதன் கட்டுப்பாட்டிலிருந்து தப்ப முடியாது.

"சரியானதைச் செய்யுங்கள், அதற்கான வெகுமானம் உண்டு. தவறு ஒன்றைச் செய்யுங்கள், அதற்கு ஏற்ற தண்டனையும் நிச்சயம் உண்டு."

விதியை நிர்ணயிக்கும் ஆற்றல்

வழுவாத நீதி செயல்பட்டு பிரபஞ்சத்தைத் தாங்கிப் பிடித்துக் கொண்டிருக்கிறது. மனித வாழ்வியல் மற்றும் செயல்பாடுகளையும் வழுவாத நீதி ஒழுங்கமைக்கிறது. மனித வாழ்வியல் முறைகள் என்னும் காரணத்தோடு இந்த வழுவாத நீதி எதிர்வினையாற்றுவதன் விளைவே உலகில் இன்று காணப்படும் வாழ்வின் பல்வேறு நிலைப்பாடுகள். மனிதனால் விரும்பும் காரணங்களைத் தேர்ந்தெடுத்துச் செயல்படுத்த முடியும்(செயல்படுத்துகிறான்), ஆனால், அவ்விளைவுகளின் தன்மையை அவனால் மாற்ற முடியாது. அவன் எண்ணும் எண்ணங்களை அவன் முடிவு செய்யலாம், செய்யப் போகும் செயல்பாடுகளை முடிவு செய்யலாம், ஆனால், அந்த எண்ணங்கள் மற்றும் செயல்களின் விளைவுகள் மீது அவனுக்கு எந்த ஓர் ஆற்றலோ ஆதிக்கமோ கட்டுப்பாடோ இல்லை. அனைத்தையும் ஆளும் நீதி அதை ஒழுங்கமைக்கிறது.

மனிதன் செயல்படுவதற்கான எல்லா ஆற்றல்களும் அவனுக்கு வழங்கப்பட்டு இருக்கின்றன, ஆனால், அந்த ஆற்றல்கள், மேற்கொள்ளப்பட்ட செயலுடன் முடிவுக்கு வந்து விடும். அந்தச் செயல்பாட்டின் விளைவுகளை மாற்றவோ, அழிக்கவோ அல்லது அதிலிருந்து தப்பவோ முடியாது. அவற்றைத்

சே.அருணாசலம்

திரும்பப் பெற முடியாது. தீங்கான எண்ணங்களும் செயல்களும் துன்பமயமான சூழலை உருவாக்கும். நன்மையான எண்ணங்களும் செயல்களும் பேரருள் வாய்ந்த சூழலை உருவாக்கும். இவ்வாறு, மனிதனது ஆற்றல்கள் ஓர் எல்லைக்கு உட்பட்டவை, அவனைச் சூழும் பேரருளோ அல்லது பெருந்துன்பமோ, அதற்கு அவனது வாழ்வியல் நெறிகளே காரணம். இந்த உண்மையை அறிந்துக் கொள்வது என்பது வாழ்வை எளிமையானதாக, தெளிவானதாக மற்றும் தவறாக விளங்கிக் கொள்ள வாய்ப்பு அளிக்காததாக மாற்றுகிறது. எல்லாக் குறுக்கு பாதைகளும் நேர்படுத்தப்படுகின்றன. மெய்யறிவின் உச்சம் வெளிப்படுகிறது. தீமை மற்றும் துன்பத்திலிருந்து மீள்வதற்கு எப்போதுமே திறந்த நிலையில் இருக்கும் வாயில் கதவு உணரப்பட்டு உள்நுழைவு நடைபெறுகிறது.

வாழ்வு என்பது கணிதப்பாடத்தில் உள்ள ஒரு கணக்கு போலவே தான். அதன் தீர்வுக்கான சரியான வழிமுறையைக் குறித்த புரிதல் இல்லாத மாணவனுக்கு அது மிகச் சிக்கலாகவும் குழப்பமாகவும் இருக்கும். ஆனால், அந்த புரிதல் வந்ததை அடுத்துச் செயல்படும் போது, அதற்கு முன் எந்த அளவிற்குக் கடினமாக இருந்ததோ, ஆச்சிரியமூட்டும் வகையில், அதே அளவுக்கு மிக

விதியை நிர்ணயிக்கும் ஆற்றல்

எளிதாக இருக்கும். எளிமை மற்றும் கடினம் ஆகியவற்றுக்கு இடையிலான இந்தத் தொடர்பை, கீழ் காணும் நிதர்சனமான நிகழ்வை உணரும் போது ஒரு தெளிவு பிறக்கும்-, ஒரு கணக்கிற்கு, நூற்றுக்கணக்கான வழிமுறைகளால் தவறான விடையை வழங்க முடியும், ஆனால், ஒரே ஒரு சரியான விடையைத் தான் வழங்க முடியும். அந்தச் சரியான விடையை வழங்கும் வழிமுறையைக் காணும் போது, மாணவனால் அதுவே சரி என உணர முடியும். அவனது குழப்பம் மறைகிறது. அந்தப் பாடத்தை அவன் கற்றுத் தேர்ந்து விட்டான்.

மாணவன் தவறான வழிமுறையைக் கடைப்பிடிக்கும் போது, (பல தடவை அதைச் செய்கிறான்), அவனைப் பொறுத்தவரை, அதுவே சரியான வழிமுறை என நினைத்துச் செய்கிறான் என்பது உண்மையே. ஆனால், அது தான் சரியான வழிமுறை என்று அவனால் உறுதியிட்டுச் சொல்ல முடியாது. அவனிடம், குழப்பம் இன்னும் நீடிக்கிறது. அவன் ஓர் உளப்பூர்வமான மாணவனாக இருந்தால், ஆசிரியர், அந்த தவறைச் சுட்டிக்காட்டும் போது உடனே உணர்ந்து கொள்வான். அது போல் தான் வாழ்விலும். மனிதர்கள், அறியாமையில் உழலும் போது தவறான வாழ்வை, சரியான வாழ்வு என்று நினைத்தே தொடர்கிறார்கள். ஆனால்,

சே.அருணாசலம்

அவர்களுக்குள் நிலவும் சந்தேகம், குழப்பம், மற்றும் மகிழ்ச்சியின்மை ஆகியன அது சரியான வாழ்வு இல்லை எனச் சுட்டிக்காட்டுவதாக உள்ளன.

முட்டாள்தனமான மாணவர்களும் கவனக்குறைவான மாணவர்களும் இருக்கவே செய்கிறார்கள். அவர்கள் அந்தக் கணக்கைப் பற்றிய சரியான புரிதலைப் பெறாமல் தாங்கள் வழங்கிய விடை சரி என ஏற்கப்பட வேண்டும் என விரும்புகிறார்கள். ஆனால் ஆசிரியரின் திறனும் கூர்மையான பார்வையும் அதில் உள்ள தவறை விரைவாக வெளிப்படுத்திவிடும். அது போலவே, வாழ்விலும் எந்தத் தவறான விடையும் ஏற்கப்படாது. இயற்கை நியதி, தவறுகளைச் சுட்டிக்காட்டி வெளிப்படுத்தி விடும். ஐந்தும் ஐந்தும் எந்தக் காலத்திலும் பத்து தான். அறியாமை, முட்டாள்தனம் அல்லது குழப்பம் முதலியன எந்த அளவுக்கு உச்சத்திலிருந்தாலும் விடையைப் பதினொன்று என்று ஆக்க முடியாது.

ஒருவன் ஒரு துணியை மேலோட்டமாக காணும் போது, அதை ஒரு துணியாக மட்டுமே காண்கிறான். ஆனால், அதைக் கடந்து, அது தயாரிக்கப்பட்ட முறையை அவன் ஆழமாக உற்று நோக்கினால், அதைக் கூர்மையாகவும்

விதியை நிர்ணயிக்கும் ஆற்றல்

கவனமாகவும் ஆராய்ந்தால்-, அந்தத் துணி, தனித் தனியான நூல்கள் ஒரு கூட்டாக இணைந்துள்ளதன் விளைவே என்று காண முடியும். ஒவ்வொரு நூலும் ஒன்றை ஒன்று சார்ந்து இருந்தாலும் இறுதி வரை அதன் பாதையிலேயே செல்கிறது. எந்த இடத்திலும் அதன் சகோதர நூலோடு முடிச்சாகிக் குழப்பத்தை ஏற்படுத்திக் கொள்வது இல்லை. இவ்வாறு, தனி நூல்களுக்கு இடையே சிக்கலற்ற இந்த நிலை தான் அதற்குத் துணி என்ற ஒரு பெயரை அதற்கு வழங்குகிறது. ஒரு நூலோடு இன்னொன்றுக்கு ஒத்திசைவு இல்லாமல் சிக்கலாக காணப்படுவதைத் துணி என்று கருத மாட்டார்கள். துடைக்க மட்டுமே பயன்படுகின்ற கந்தலாகவோ அல்லது பயனற்றதாகவோ அது கருதப்படும்.

வாழ்க்கையும் ஒரு துணியைப் போல தான். அந்தத் துணியில் காணப்படும் தனித்த நூல்கள் என்பன தனி நபர்களின் வாழ்வு ஆகும். அந்த நூல்கள் ஒன்றை ஒன்று சார்ந்து இருந்தாலும், ஒன்றோடு ஒன்று குழப்பத்தை ஏற்படுத்திக் கொள்வது இல்லை. ஒவ்வொன்றும் அதனதன் பாதையில் செல்கிறது. ஒவ்வொரு தனி மனிதனும், அவன் செய்த செயல்களின் விளைவையே, அது மகிழ்ச்சியோ அல்லது துன்பமோ, அனுபவிக்கிறான். மற்றவன் செய்த செயல்களுக்கான விளைவை அனுபவிப்பது

சே.அருணாசலம்

இல்லை. ஒவ்வொரு நூலின் பாதையும் எளியது மற்றும் வரையறுக்கப்பட்டது. அதன் மொத்த வடிவம் சிக்கலானது என்றாலும், ஒத்திசைவானதாகவும், தொடர் நிகழ்வுகளின் கூட்டாகவும் விளங்குகிறது. வினை மற்றும் எதிர்வினை, செயல் மற்றும் பின்விளைவு, காரணம் மற்றும் விளைவு என ஒவ்வொன்றையும் சமநிலைப்படுத்துவதாக தொடக்க உந்துதல் நிகழ்வின் அதே விகிதத்தில் எதிர்வினை, பின்விளைவு மற்றும் விளைவு இருக்கின்றன.

நீடித்து உழைக்கும் ஒரு நல்ல ஆடையை, தரமில்லாத நூலைக் கொண்டு நெய்ய முடியாது. சுயநல எண்ணங்கள் மற்றும் தீய செயல்கள் என்னும் நூல்களைக் கொண்டு பயனுள்ள அழகான வாழ்வு என்னும் ஆடையை – அணியத்தக்க குறையில்லாத ஆடையை நெய்ய முடியாது. ஒவ்வொருவனும், அவனவனுக்கான வாழ்வை அமைத்துக் கொள்கிறான் அல்லது அதைச் சிதைத்துக் கொள்கிறான். அண்டை அயலானால் அது அமைக்கப்படவோ அல்லது சிதைக்கப்படவோ இல்லை, அல்லது அவனுக்கு புறத்தே உள்ள எதனாலும் அது அமைக்கப்படவோ அல்லது சிதைக்கப்படவோ இல்லை. அவன் எண்ணும் ஒவ்வொரு எண்ணமும், செய்யும் ஒவ்வொரு செயலும், ஓர் இன்னொரு நூலாகும்-தரமானதோ

விதியை நிர்ணயிக்கும் ஆற்றல்

இல்லை தரமில்லாததோ- அதைக் கொண்டே அவன் தன் வாழ்வு என்னும் ஆடையை நெய்ய வேண்டும். அவன் நெய்த ஆடையை அவனே அணிய வேண்டும். அடுத்தவனது செயல்களுக்கு ஒருவன் பொறுப்பேற்க முடியாது. அவனது சொந்தச் செயல்களுக்கு மட்டுமே அவன் பொறுப்பேற்க வேண்டும்.

ஒருவனது சொந்த தீய செயல்களிலேயே தீமையின் பிரச்சினை ஒளிந்திருக்கிறது. அச்செயல்களில் உள்ள களங்கம் தீரும் போது தீமையின் பிரச்சினையும் தீரும். ரோசியோ (1712-1778 காலத்தில் வாழ்ந்த தத்துவ ஆசிரியர்) சொல்கிறார்:

"மனிதனே, தீமையின் ஆதார ஊற்றை வேறு எங்கும் தேடாதே, நீயே தான் அதன் ஆதார ஊற்றாக இருக்கிறாய்."

விளைவு, காரணத்துடனான தொடர்பு நீங்கியதாக ஒரு போதும் இருக்க முடியாது. காரணத்திலிருந்து வேறுபட்ட தன்மை கொண்டதாக அது ஒரு போதும் இருக்க முடியாது. எமர்சன் சொல்கிறார்:

சே.அருணாசலம்

"நீதி தாமதிக்கப்படவில்லை. ஒரு குறைகளற்ற பங்கீட்டு முறை வாழ்வின் அனைத்துப் பாகங்களையும் சரி செய்து சமன்படுத்துகிறது."

காரணமும் அதன் விளைவும் ஒரு சேரவே நிகழும் என்பதில் ஓர் ஆழமான அர்த்தம் இருக்கிறது. அவை ஒரு முழுமையை உருவாக்குகின்றன. எனவே, ஒருவன் ஓர் எண்ணத்தை எண்ணும் அல்லது ஒரு செயலை செய்யும் அந்தக் கணம், எடுத்துக் காட்டாக, அது கொடிய எண்ணம் அல்லது கொடிய செயல் என வைத்துக் கொள்வோம், அவன் அந்தக் கணமே தன் சொந்த மனதைக் காயப்படுத்திவிட்டான். அதற்கு முந்தைய கணத்தில் இருந்த மனிதனாக இப்போது அவன் இல்லை. அவன் முன்பை விட சிறிதளவு கொடியவனாகவும் சிறிதளவு மகிழ்ச்சி குறைந்தவனாகவும் காணப்படுகிறான். இவ்வாறு பல தொடர்ச்சியான எண்ணங்களும் செயல்களும் சேர்வது ஒரு கொடிய இரக்கமற்ற மனிதனை உருவாக்குகிறது. இவை அனைத்தும் இதன் மாற்றுக்கும் பொருந்தும்- இரக்கம் நிறைந்த ஓர் எண்ணத்தை அல்லது செயலை ஒருவன் எண்ணும் போது-உடனடியாக ஒரு மாண்பு மற்றும் மகிழ்ச்சி நிலை அவனைச் சூழும். அந்த மனிதன் முந்தைய கணத்தை விடச் சிறந்தவனாக இருக்கிறான். அவ்வாறு

விதியை நிர்ணயிக்கும் ஆற்றல்

தொடர்ச்சியான பல செயல்கள், ஒரு பேரருள் சுரக்கும் ஓர் ஆன்மாவாக உருவாகும்.

இவ்வாறு, காரணம் மற்றும் விளைவு என்னும் தவறிழைக்காத நீதியின் வாயிலாக தனிமனித வாழ்வியல் ஒழுக்கம் என்னும் அடிப்படையே தனிமனித நன்மதிப்பையும் தீயமதிப்பையும், தனிமனித பெருமையையும் சிறுமையையும், தனிமனித மகிழ்ச்சியையும் துக்கத்தையும் ஏற்படுத்துகிறது. ஒருவன் எதை எண்ணுகிறானோ அதையே செய்கிறான். எதைச் செய்கிறானோ, அதுவாகவே இருக்கிறான். ஒருவன் மனஉறுத்தலுடனோ, மகிழ்ச்சியற்றோ அல்லது மன அமைதியின்றியோ இருந்தால்-, தனக்குள் உற்று நோக்கட்டும், அவனது அனைத்துப் பிரச்சினைகளின் பிறப்பிடம், அவனிடம் அன்றி, வேறு எங்கும் இல்லை.

சே. அருணாசலம்

4. மன உறுதியை வளர்த்துக் கொள்வதற்கான பயிற்சி

எந்த ஒரு மதிக்கத்தக்க சாதனையையும் ஒருவன் மன வலிமையின்றி சாதிக்க முடியாது. கொண்ட குறிக்கோளில் கவனம் மற்றும் அலைபாயாத மனம் என பொதுவாக அழைக்கப்படுகின்ற மன உறுதியை வளர்த்துக்கொள்வது என்பது மனிதனது மிக முக்கிய கடமைகளில் ஒன்றாகும். அதனை ஒருவன் பெற்றிருப்பது அவனது நிகழ்வாழ்வுக்கும் பின்வரும் நிலையான வாழ்வுக்கும் அவசியமான ஒன்றாகும். குறிக்கோளில் உறுதியுடனிருப்பது என்பது அனைத்து வெற்றிகரமான முயற்சிகளின் அடித்தளமாகும். உலக வாழ்வு தொடர்பானதோ அல்லது ஆன்மீக வாழ்வு தொடர்பானதோ, ஒருவன் குறிக்கோளில் உறுதியற்றவனாக இருந்தால், அவன் கீழான நிலையில் தான் இருக்க முடியும், அவன் தனக்கான ஆதரவை, தனக்குள் தேடிக் கண்டு அடைவதற்குப் பதிலாக மற்றவர்களைச் சார்ந்து இருந்து அவர்களிடமிருந்தே பெற்றுக் கொள்ள நேரிடும்.

விதியை நிர்ணயிக்கும் ஆற்றல்

இந்தளவு பணம் கொடுத்தால் மந்திரங்கள் வழியாக மன உறுதியை வளர்த்துக் கொள்வதற்கான வழிமுறைகள் கற்றுத்தரப்படும், என்பது போன்ற மாந்திரீக ஆலோசனைகளைப் பணத்திற்கு விற்பனை செய்பவர்களின் கருத்துக்கள் அடியோடு தவிர்க்கப்பட்டு அறவே புறக்கணிக்கப்பட வேண்டும், காரணம், மன உறுதியை நடைமுறை பயிற்சிகளால் தான் பெற முடியுமே அன்றி மர்மமான புரிதல் இல்லாத முறையிலும் இரகசியமாகவும் அதைப் பெற முடியாது.

மன உறுதியை வளர்த்துக்கொள்வதற்கான உண்மையான பாதையை அந்தந்த தனிநபரின் தினசரி வாழ்வில் மட்டுமே காண முடியும். இது மிக வெளிப்படையானதாகவும் எளிமையாகவும் இருக்கின்ற காரணத்தாலோ என்னவோ, பெரும்பாலானவர்கள் அதை கவனியாமல் கடந்து செல்கின்றனர். புதிரும் சிக்கலுமான வழியாகத் தான் அது இருக்க கூடும் என அதைத் தேடுகிறார்கள்.

ஒருவன் ஒரே நேரத்தில் பலவீனமாகவும் வலிமையாகவும் இருக்க முடியாது. சிறிதளவு

காரணவியலின் அடிப்படையில் சிந்தித்தாலும் கூடப் போதும், மனிதனால் இதை உணர்ந்து கொள்ள முடியும். அவனது பலவீனமான இச்சைகளுக்கு அடிமையாக இருக்கும் அதே நேரம் அவனால் மன உறுதியை வலிமைப்படுத்திக் கொள்ள முடியாது. எனவே, மன உறுதியை வளர்ப்பதற்கான நேர் வழி மற்றும் ஒரே வழி என்பது அவனது பலவீனத்தைக் கட்டுப்படுத்தி ஆள்வது தான். மன உறுதியை வளர்த்துக் கொள்வதற்கான அனைத்து வழிகளும் அந்தத் தனிநபரின் வாழ்விலும் மனதிலும் ஏற்கெனவே அடங்கியிருக்கின்றன, அவனது பலவீனக் குண இயல்புகளுக்கு இடையிலேயே அவை குடியிருக்கின்றன. அந்தப் பலவீனங்களை அவன் தாக்கி அழிக்கும் போது அந்த மன உறுதி வளர்ந்து வலிமைப் பெறும். எவன் ஒருவன் இந்த எளிமையான, அடிப்படையான உண்மையைப் புரிந்து கொள்கிறானோ, அவன், மன உறுதியை வளர்த்துக் கொள்ளும் அறிவியல் என்பது, பின் வரும் ஏழு விதிகளால் கட்டமைக்கப்பட்டிருக்கிறது என்பதை உணர்வான்:

1. கெட்ட பழக்கங்களை விலக்கி விடுபடுவது.

2. நற்பழக்கங்களை வளர்த்துக் கொள்வது.

விதியை நிர்ணயிக்கும் ஆற்றல்

3. நிகழ்பொழுதின் கடமையில் குவிந்த கவனத்தைச் செலுத்துவது.

4. செய்ய வேண்டியதை, உடனடியாக முழு ஆற்றலோடு செய்வது.

5. ஒழுங்குமுறை விதிகளின் படி வாழ்வது.

6. நாவடக்கத்துடன் இருப்பது.

7. மனதை கட்டுப்படுத்தி ஆள்வது.

மேற்குறிப்பிட்ட விதிகளை எவன் ஒருவன் உளப்பூர்வமாக ஆழ்ந்து சிந்தித்து அதன் வயப்படுகிறானோ, ஆர்வத்தோடு அவற்றை கடைபிடிக்கிறானோ அவன் சிறந்த குறிக்கோளையும் மன உறுதியையும் வளர்த்துக் கொள்வதில் தோல்வி அடைய மாட்டான். எதிர்கொள்ளும் ஒவ்வொரு பிரச்சினையையும் துவண்டுவிடாமல் சந்திப்பதற்கும், ஒவ்வொரு

சே.அருணாசலம்

நெருக்கடியிலிருந்தும் வெற்றிகரமாக மீள்வதற்குமான வலிமையை அந்த உறுதியான மனம் அவனுக்கு வழங்கும்.

கெட்ட பழக்கங்களைக் கைவிட்டு அவற்றிலிருந்து விடுபடுவது தான் முதல் படிநிலை என்பதை இதிலிருந்து காண முடிகிறது. இது ஒரு சுலபமான பணி அல்ல. பெரும் முயற்சிகளை இதற்கு விலையாக வழங்க வேண்டி வரும் அல்லது தொடர் முயற்சிகளை வழங்கியவாறு இருக்க வேண்டும். அதன் விளைவாகவே மட்டுமே, மன உறுதியைத் தட்டியெழுப்பி வலிமைப்படுத்த முடியும். இந்த முதல் படிநிலையை எடுக்க ஒருவன் மறுத்தால், அவன் மன உறுதியை வளர்த்துக் கொள்ள முடியாது. காரணம், ஒரு கெட்ட பழக்கத்திற்கு, அது வழங்கக் கூடிய உடனடி இன்பத்திற்காக கீழ்ப்படிபவன், தன்னை ஆள்வதற்கான அருகதையை இழக்கிறான், அவன் எந்த அளவிற்கு கீழ்ப்படிகிறானோ, அந்த அளவிற்கு அவன் பலவீனமான அடிமையாக இருக்கிறான். எவன் சுய ஒழுக்கத்தைத் தவிர்த்து விட்டு, தன் பங்கிற்கு எந்த முயற்சியும் செலவிடாமல் அல்லது மிகக் குறைந்த முயற்சியை மட்டும் செலவிடும் "மாந்த்ரீக வழிமுறைகளால்" மன உறுதியை வளர்த்துக் கொள்ள நினைப்பவன், தன்னையே ஏமாற்றிக் கொள்கிறான். தன்னிடம்

விதியை நிர்ணயிக்கும் ஆற்றல்

ஏற்கெனவே உள்ள மன உறுதியையும் பலவீனப்படுத்திக் கொள்கிறான்.

ஒருவன் கெட்ட பழக்கங்களிலிருந்து வெற்றிகரமாக மீள்வதற்கு வளர்த்துக் கொண்ட மன உறுதியானது அவன் நல்ல பழக்கங்களைத் தொடங்கி ஈடுபடுவதற்குத் துணையாக இருக்கும். கெட்ட பழக்கத்திலிருந்து மீள்வதற்கு, அதிலிருந்து மீள வேண்டும் என்னும் குறிக்கோள் வலிமையாக இருந்தால் மட்டும் போதும். ஆனால் நல்ல பழக்கம் ஒன்றை உருவாக்கிக் கொள்ள குறிக்கோளானது குறித்த இலக்கை நோக்கி அடைவதாகவும் இருக்க வேண்டும். இதைச் செய்வதற்கு, ஒருவன் மனதளவில் செயல்துடிப்பு உள்ளவனாகவும் ஆற்றல் மிக்கவனாகவும் இருக்க வேண்டும். ஒருவன் இந்த இரண்டாவது விதியில் தன்னை செம்மைப்படுத்திக்கொள்ளும் போது, மூன்றாவது விதியான, நிகழ் பொழுதின் கடமையில் குவிந்த கவனத்தைச் செலுத்துவது என்பதைக் கடைபிடிப்பது அவனுக்குக் கடினமாக இருக்காது.

செய்ய வேண்டிய வேலையை முழுமையாக செம்மையாக திருத்தமாகச் செய்வது என்பது, மன உறுதியை வளர்த்துக் கொள்வதற்கான ஒரு படியாகும். புறக்கணித்துச் செல்ல முடியாத ஒரு

படியாகும். அரைகுறை வேலை என்பது பலவீனத்தின் இருப்பை சுட்டிக்காட்டும் ஓர் அறிகுறி. மிகச் சிறிய வேலையிலும் செம்மை நிலை எட்டப்பட வேண்டும். மனதைச் சிதற விடாமல், ஒவ்வொரு தனித்த செயல்பாட்டிற்கும் முழுக் கவனத்தை வழங்குவதால்

குறிக்கோளிலிருந்து விட்டு விலகாத தன்மை

மற்றும்

தீவிரமான குவிந்த மன நிலையில் செயல்படுவது

என்னும் இரண்டு மன ஆற்றல்கள் படிப்படியாக வளரும். இவ்வாற்றல்களைக் கொண்டிருப்பது குண இயல்புக்கு மாண்பையும் மதிப்பையும் வழங்கும். அவற்றைப் பெற்றிருப்பவன் தெளிந்த மனநிலையும் மகிழ்ச்சியும் உடையவனாக இருப்பான்.

நான்காவது விதியான-,

செய்ய வேண்டியதை உடனடியாக முழு ஆற்றலோடு செய்வது

என்பது மூன்றாவது விதிக்கு இணையான அளவு

முக்கியத்துவம் வாய்ந்தது ஆகும். சோம்பல் குணமும் வலிமையான குறிக்கோளும் இணைந்து பயணிக்க முடியாது. கால தாமதம் செய்வது குறிக்கோளை எட்டும் செயல்பாட்டுக்கு பெரும் தடையாக இருக்கும். குறித்த நேரத்தில் செய்யப்பட வேண்டிய எந்த ஒன்றும், இன்னொரு நேரத்தில் செய்யலாம் என்றி தள்ளிப் போடப்படக் கூடாது, அது சில நிமிடங்களே தான் என்றாலும் கூட. இப்பொழுது செய்யப்பட வேண்டிய ஒன்றை இப்பொழுதே செய்ய வேண்டும். இது சாதாரண ஒன்றாகத் தெரியலாம், ஆனால் இதன் முக்கியத்துவம் அளவிட முடியாததாகும். வலிமை, வெற்றி மற்றும் நிம்மதிக்கு இது அழைத்துச் செல்லும்.

மன உறுதியை வளர்த்துக் கொள்வதற்கான ஆர்வத்தைக் கொண்டிருப்பவன் சில ஒழுங்குமுறை விதிகளுக்கு கட்டுப்பட்டு வாழ வேண்டும். கண்மூடித்தனமாக தனது ஒவ்வொரு உந்துதல்களையும் தோன்றி மறையும் உணர்வுகளையும் அவன் ஈடேற்றிக்கொண்டிருக்க கூடாது, ஆனால், அவற்றைக் கட்டுப்படுத்தி முறைபடுத்த வேண்டும். அவன் நெறிமுறைகளுக்கு ஏற்ப வாழ வேண்டும், உணர்வு வயப்பட்டு வாழக் கூடாது.

சே.அருணாசலம்

அவன் எதை உண்ணலாம், எதை அருந்தலாம், எதை அணியலாம் என்பதோடு எதை உண்ண கூடாது, எதை அருந்தக் கூடாது, எதை அணிய கூடாது என்பதையும் அவன் முடிவு செய்ய வேண்டும். முழு உணவை ஒரு நாளில் எத்தனை முறை உண்பது, அதை எந்த நேரத்தில் உண்பது-, படுக்கைக்கு எத்தனை மணிக்குச் செல்வது, எத்தனை மணிக்கு எழுவது என்பதை எல்லாம் அவன் முடிவு செய்ய வேண்டும். அவன் வாழ்வின் ஒவ்வொரு துறையிலும் ஒழுங்கமைப்போடு வாழ விதிகளை உருவாக்கி, அவற்றை செவ்வனே கடைபிடிக்க வேண்டும். நினைத்த போது எல்லாம் எந்தக் கட்டுப்பாடும் இல்லாமல் சாப்பிடுவது, குடிப்பது, உணர்வுகள் எழுப்பும் இச்சைகளை எல்லாம் உடனுக்கு உடன் ஈடேற்றிக் கொண்டே இருப்பது ஒரு மிருக வாழ்வாகும், இலக்கை அடைவதற்கான உறுதியைக் கொண்ட ஒருவனின் வாழ்வாக இருக்க முடியாது.

மனிதனுக்குள் இருக்கும் மிருகம் கட்டுப்பட்டு வழிக்கு வர சில கசையடிகளை வழங்கத் தான் வேண்டும். அது போன்றதே மனதையும் வாழ்வையும் சில ஒழுங்குமுறை விதிகளுக்கு கட்டுப்பட்டு வாழச் செய்வதும். தங்களுக்கான

விதியை நிர்ணயிக்கும் ஆற்றல்

கட்டளைகளை மீறாமல் இருந்ததன் வாயிலாகவே புனிதர்கள் புனிதத் தன்மையை எய்தினார்கள். நன்மையான நிலையான விதிகளுக்கு கட்டுப்பட்டு வாழ்பவன் தன் குறிக்கோளை எட்டத் தகுதியுடையவன் ஆகிறான்.

நா அடக்கம் என்பது தான் ஆறாவது விதி ஆகும். பேச்சின் மீது ஒருவன் முழுக் கட்டுப்பாட்டைப் பெறும் வரை இது பயிற்சி செய்யப்பட வேண்டும். தன்னையறியாமல், கோபத்தில், எரிச்சலில் அல்லது தீய உள்நோக்கோடு என எதையும் அவன் சொல்லக் கூடாது. மன உறுதி மிக்கவன் தன்னுணர்வின்றியும் கவனக் குறைவோடும் எதையும் பேச மாட்டான்.

மேற்கண்ட ஆறு விதிகளையும் நம்பிக்கையோடு பயிற்சி செய்வது மனக் கட்டுப்பாடு என்ற ஏழாவது விதிக்கு இட்டுச் செல்லும். அதுவே, அனைத்திலும் மிக முக்கியமானதாகும். வாழ்வின் மிக இன்றியமையாத ஒன்றான சுயக்கட்டுப்பாடு தான் அது. ஆனால், மிக குறைந்த அளவே அது புரிந்துக் கொள்ளப்பட்டிருக்கிறது. இங்குக் குறிப்பிடப்பட்ட விதிகளை, வாழ்வின் அனைத்து அம்சங்களிலும் செயல்பாடுகளிலும் பொறுமையோடு பயிற்சி செய்பவன், அவனது சொந்த அனுபவத்தாலும்

சே.அருணாசலம்

முயற்சியாலும், மனதை கட்டுப்படுத்தி ஆள்வது எப்படி என்பதை நிச்சயம் கற்றுக் கொள்வான்.

அதன் விளைவாக மனிதனுக்கான மிக உயர்ந்த மகுடத்தை அவன் சூடப் பெறுவான். நிம்மதியான உறுதியான மனம் தான் அந்த மகுடம்.

5. செய்வன திருந்தச் செய்தல்

செயல்களை முழுமையாகவும் செம்மையாகவும் செய்வது என்பதன் பொருள் மிகச் சிறிய செயல்பாடுகளையும் கூட அனைத்திலும் மிக முக்கிய செயல்பாட்டைப் போலக் கருதிச் செயல்படுவதாகும். வாழ்வின் சிறிய விடயங்கள், அடிப்படையில் மிக முக்கியத்துவம் வாய்ந்தவை என்ற உண்மை, பொதுவாக, புரிந்து கொள்ளப்படாமலேயே இருக்கின்றது. சிறிய விடயங்களை உதாசினப்படுத்தலாம், புறக்கணிக்கலாம், தூக்கி எறியலாம், அல்லது கடந்து போகலாம் என்பது தான் ஒரு முழுமையை, செம்மையை அடைய முடியாமல் போவதற்கான அடிப்படை காரணமாக இருக்கின்றது. இதன் விளைவாக அரைகுறையான வேலைப்பாடும் மகிழ்ச்சியற்ற வாழ்வும் வருகிறது.

உலகின் மாபெரும் விடயங்கள் மற்றும் வாழ்வின் மாபெரும் விடயங்கள் என்பன பல சிறிய விடயங்களின் கூட்டுத் தொகுப்பே. இந்தச் சிறிய

சே.அருணாசலம்

விடயங்கள் கூடி நிகழ்ந்திருக்கவில்லை என்றால் அந்த பெரிய விடயம் நிகழ்ந்திருக்க முடியாது அல்லது நிலை பெற முடியாது என்று ஒருவன் உணரும் போது, அவன் இது வரையிலும் முக்கியத்துவமற்றவை என கருதி வந்த பலவற்றிலும் அவன் மிகுந்த கவனம் செலுத்தத் தொடங்குகிறான். அவன் செம்மையாகச் செயல்படும் தன்மையைக் கைவரப் பெறுகிறான். பயனுள்ளவனாக, ஈர்ப்பாற்றல் மிக்கவனாக உருமாற்றம் அடைகிறான். இந்த ஒரு தன்மையை ஒருவன் பெற்றிருப்பது அல்லது பெறாமல் இருப்பது என்பது நிம்மதியும் வலிமையும் பொருந்திய வாழ்வு மற்றும் கலக்கமும் பலவீனமுமான வாழ்வு ஆகியவற்றுக்கு இடையிலான வேறுபாட்டை கொண்டதாக இருக்கும்.

செய்ய வேண்டியதைத் திருத்தமாகவும் செம்மையாகவும் செய்வது என்பது எத்தகைய ஒரு அரிய குணநலம் என்பது தொழிலாளர்களைப் பணிக்கு அமர்த்தும் ஒவ்வொரு முதலாளியும் நன்கு அறிவார்கள். தங்களது பணியில் முழுக் கவனத்தோடும் ஆற்றலோடும் ஈடுபடுபவர்களை, அதைச் செம்மையாகவும் திருத்தமாகவும் செய்பவர்கள் கிடைப்பது எவ்வளவு கடினம் என்று அவர்களுக்குத் தெரியும். கவனக் குறைவுடனான

விதியை நிர்ணயிக்கும் ஆற்றல்

பணிச் செயல்பாடு பரவலாக காணப்படுகிறது. திறனும் வல்லமையும் ஒரு சிலரால் மட்டுமே பெறப்படுகிறது. ஈடுபாடின்மை, கவனமின்மை, சோம்பல், ஆகியன எல்லாம் பொதுவான குறைபாடுகளாக காணப்படுகின்றன. எனவே, எத்தகைய சமூக மாற்றங்கள் மற்றும் சீர்திருத்தங்களுக்கு இடையிலும் வேலையற்றோர் எண்ணிக்கை குறையாமல் பெருகுவதில் எந்த ஆச்சிரியமும் இல்லை. காரணம், யார் இன்று உள்ள வேலையை கவனியாமல் புறந்தள்ளுகின்றனரோ, அவர்கள், தங்களின் தேவைகளுக்கான இக்கட்டான சூழலில் அதை வேண்டிக் கேட்டும் பெற முடியாத நிலையில் இருப்பார்கள்.

தகுதியுள்ளது தப்பிப் பிழைக்கும் என்ற விதி கொடூரத்தன்மையின் அடிப்படையில் அமைந்த விதி அல்ல, அது நீதியின் அடிப்படையில் அமைந்த விதி. அது பாரெங்கும் நிலவும் தெய்வீகப் பங்கீட்டின் ஒரு கூறாகும். தீநெறி பலவகையிலும் தண்டனைக்கு உள்ளாகிறது, இல்லை என்றால் நன்னெறி எப்படி உருவாகும்? கவனமுடன் ஈடுபடாதவர்கள், சோம்பி திரிபவர்கள் கவனத்துடன் ஈடுபடுபவர்கள் மற்றும் முழுமுனைப்போடு செயல்படுபவர்களுக்கு இணையான தகுதிநிலையைப் பெற முடியாது அல்லது

அவர்களை முந்திச் செல்ல முடியாது. எனது நண்பர் ஒருவர், அவரது தந்தை தனது அனைத்துக் மகன், மகள்களுக்கும் பின்வரும் அறிவுரையை வழங்கியதாக கூறினார்:

"உங்களது எதிர்காலப் பணி எதுவாக வேண்டுமானாலும் இருக்கட்டும், உங்களது முழுக் கவனத்தையும் அதில் செலுத்தி முழுமையாக ஈடுபடுங்கள், உங்களது எதிர்கால நல்வாழ்வு குறித்து உங்களுக்கு எந்த அச்சமும் இருக்காது. கவனக் குறைவோடும் வேலைகளைப் புறக்கணிக்கும் மனப்பான்மையோடும் பணி செய்யும் பல பேர் இருக்கும் காரணத்தால் செய்வதைத் திருந்தச் செய்பவனது சேவைகள் என்றுமே கோரப்படும்."

தனித்துவமான திறன்கள் ஏதும் தேவைப்படாத, ஆனால், குவிந்த மனதோடு கவனம் செலுத்துதல், ஆர்வம், ஈடுபாடு ஆகியவற்றை மட்டுமே கோரும் பல பணிகளில், ஆண்டுக்கணக்கில் பணி செய்தும் அந்தப் பணியைத் திறம்பட செய்வதற்கான ஆற்றல் பெறாத பலர் இருக்கிறார்கள். கடமையைச் சரி வரச் செய்யாததை முன்னிட்டு அவர்கள் பணி நீக்கம் செய்யப்பட்டு இருக்கிறார்கள். புறக்கணிப்பு மனப்பான்மை, சோம்பல், செயல்பாட்டில்

விதியை நிர்ணயிக்கும் ஆற்றல்

நாட்டமின்மை மற்றும் கடமைக்கான விதிகளை மீறுதல் போன்ற பல அடிப்படை காரணங்களே இதற்குப் பின்புலமாக இருக்கின்றன. (இங்கு விரித்துரைக்கப்படும் கருத்துடன் தொடர்பில் இல்லாத மற்ற காரணங்களுக்காகப் பணி நீக்கம் செய்யப்பட்டவர்கள் எண்ணிக்கை இங்குக் கணக்கில் கொள்ளப்படவில்லை) ஆனாலும், அதிகரிக்கும் வேலையற்றோர் பட்டாளத்தின் கூக்குரல்-, சட்டத்துக்கு எதிராக, சமூகத்துக்கு எதிராக, இயற்கை நியதிகளுக்கு எதிராக ஒலித்தவாறு தொடர்கிறது.

இந்தக் குறைபாடு பொதுவாக காணப்படும் ஒன்று. செய்வதைத் திருத்தமாக செய்ய இயலாததற்கான காரணத்தை அறிய-, தொலைவில் தேட வேண்டாம். கேளிக்கை கொண்டாட்டங்களின் மீது கொண்ட பேரார்வமான தவிப்பானது உழைப்பின் மீது வேண்டாத சலிப்பைத் தருகிறது. ஒருவன் சிறப்பாகச் செயல்படுவதை அது தடுக்கிறது, அவனது கடமையை முழுமையாக நிறைவேற்ற முடியாமல் போகிறது. சிறிது காலத்திற்கு முன்பு (இதே போன்ற பல நிகழ்வுகளுள் ஒன்று), ஒரு நிகழ்வு எனது கவனத்திற்கு வந்தது. பெண்மணி ஒருத்திக்கு, அவள் விடுத்த கோரிக்கையை ஏற்று பொறுப்பும் ஆடம்பரமும் மிக்க ஓர் உயர் பதவி வழங்கப்பட்டது. அந்தப் பொறுப்பை அவள் ஏற்று

சே.அருணாசலம்

சில நாட்களேயானது. ஆனால், அதற்குள்ளாக அவள் தான் மேற்கொள்ளவிருக்கும் உல்லாசப் பயணங்கள் குறித்துக் கதைக்கத் தொடங்கினாள். கவனகுறைபாடு மற்றும் செயல்பாடின்மை காரணமாக அந்த மாத இறுதியிலேயே அவள் பணி நீக்கம் செய்யப்பட்டாள்.

இரண்டு பொருட்கள் ஒரே நேரத்தில் ஒரே இடத்தில் இருக்க முடியாது. கேளிக்கை கொண்டாட்டங்கள் மனதில் இடம் பிடித்திருக்கும் வேளையில் கவனமுடன் கடமையைச் செயல்படுத்த முடியாது.

கேளிக்கை கொண்டாட்டங்களை மேற்கொள்வதற்கு என்று உரிய இடமும் காலமும் இருக்கின்றன. கடமையைச் செயல்படுத்துவதற்கான நேரங்களில் அவற்றுக்கு மனதில் இடம் அளிக்கக் கூடாது. எவர், உலக வாழ்வின் கடமைகளில் ஈடுபட்டிருக்கும் போது, தாங்கள் ஈடுபடவிருக்கும் கேளிக்கை கொண்டாட்டங்களில் தொடர்ந்து மூழ்கியிருக்கிறார்களோ, அவர்கள் நிச்சயம் கடமையை உரிய முறையில் நிறைவேற்றுபவர்களாக இருக்க மாட்டார்கள் அல்லது அந்தக் கொண்டாட்டம் நிகழ்வதற்கான வாய்ப்பு கைகூடாமல் இருக்கும் பட்சத்தில், கடமையை முற்றிலும் கூடப் புறக்கணிப்பார்கள்.

விதியை நிர்ணயிக்கும் ஆற்றல்

திருந்தச் செய்தல் என்பது முழுமையானது, குறைகளற்றது. அதன் அர்த்தம், ஒரு செயல்பாட்டை அதற்கு மேல் இனி ஒன்றும் செய்ய இயலாது என்று சொல்லும் அளவிற்கு மிக நன்றாகச் செய்வது. ஒருவன் தன் கடமையைச் சிறப்பாகச் செய்வது என்பதன் பொருள், வேறு எவரும் அந்த அளவிற்குச் செம்மையாக செய்ய முடியாத அளவில் செய்வது அல்லது குறைந்தபட்சம் வேறு எவரும் செய்வதை விடத் தரம் தாழாமல் செய்வது. அதற்கு மிக ஈடுபாடு தேவை, ஆற்றலை முனைப்போடு உள்ளீடு செய்ய வேண்டும், செயல்பாட்டின் மீது மனம் சிதறாத கவனம், பொறுமை, விடா முயற்சி, கடமை குறித்த அர்ப்பணிப்பு உணர்வு தேவை. பண்டைய ஆசான் ஒருவரின் முதுமொழி, "ஒரு செயல் செய்யப்பட வேண்டுமானால் அதை ஒருவன் முழு ஆற்றலோடும் தீவிரத்தோடும் செய்யட்டும்", மற்றொரு ஆசானின் கூற்று, "நீங்கள் செய்வதற்கு உரியதாக எதைக் காண்கிறீர்களோ அதை முழு ஆற்றலோடு செய்யுங்கள்."

உலக வாழ்வின் கடமைகளைத் திருந்தச் செய்யும் தன்மையைக் கைவரப் பெறாதவன், ஆன்மீகச் செயல்பாடுகளிலும் அதே நிலையில் தான்

இருப்பான். அவன் குண இயல்புகளை வளர்த்துக் கொண்டிருக்க மாட்டான். அவன் தன் சமய கடமைகளிலும் அரை மனதோடும் பலவீனனாகவுமே இருப்பான், பயன்தரத்தக்க எந்த நல்ல இலக்கையும் எட்ட மாட்டான். எவன், சமய விதிகளின் மீது ஒரு கண்ணும் உலக வாழ்வின் இன்பங்கள் மீது ஒரு கண்ணும் கொண்டிருக்கின்றானோ, அதன் விளைவாக, இரண்டின் சாதக அம்சங்களையும் அடைய நினைக்கின்றானோ, அவன், தன் கொண்டாட்டங்களிலும் முழுமையாக ஈடுபட்டிருக்க மாட்டான், தனது சமய விதிகளையும் முழுமையாக பின்பற்றியிருக்க மாட்டான். ஆனால், இரண்டிலும் அரைகுறையாகவே இருப்பான். அரைகுறை மனதுடன் சமயவாதியாக இருப்பதற்குப் பதிலாக முழு மனதுடன் கேளிக்கை கொண்டாட்டங்களில் ஈடுபடுபவனாக இருக்கலாம். உயர்ந்த ஒன்றுக்கு அரைகுறை மனதுடன் ஈடுபடுவதை விடத் தாழ்ந்த ஒன்றுக்கு முழு மனதுடன் ஈடுபடுவது மேலானது.

சுயநலமான அல்லது கெட்ட வழிகளுக்கு இட்டுச் செல்லும் செயல்பாடுகள் என்றாலும் அதில் செம்மையாகச் செயல்படுவது என்பது, நல்வழிக்கு இட்டுச் செல்லும் செயல்பாடுகளில் அரைகுறையாகச் செயல்திறனின்றி செயல்படுவதை விடச் சிறந்ததாகும். காரணம், செம்மையாகவும்

விதியை நிர்ணயிக்கும் ஆற்றல்

செய்வதைத் திருத்தமாகவும் செய்ய முற்படுவது ஆனது குண இயல்புகளும் மெய்யறிவும் வளர உதவியாக இருக்கும். அது முன்னேற்றத்தை ஊக்குவிக்கும். அடைபட்டுக் கிடந்த திறன்கள் மலர வழி செய்யும். தீமையில் அகப்பட்டிருப்பவனை நன்மை ஒன்றுக்கு அழைத்துச் செல்லும். நன்மையில் இருப்பவனை இன்னும் உயர் நன்மைக்கு அழைத்துச் செல்லும்.

சே.அருணாசலம்

6. மனம் மற்றும் வாழ்வைக் கட்டமைக்கும் செயல்பாடுகள்

மனிதன் உருவாக்குபவைகளும் சரி, இயற்கை உருவாக்குபவையும் சரி, எல்லாமே ஒரு வகையான செயல்பாட்டின் மூலமாகவே கட்டமைக்கப்படுகின்றன. பாறை அணுக்களால் கட்டமைக்கப்பட்டுள்ளது; தாவரங்களும், விலங்குகளும் செல்களால் கட்டமைக்கப்பட்டிருக்கின்றன மனிதனும் செல்களால் கட்டமைக்கப்பட்டிருக்கிறான். ஒரு வீடு செங்கற்களால் கட்டப்பட்டுள்ளது. ஒரு நூல் எழுத்துக்களால் உருவாக்கப்பட்டுள்ளது. ஓர் உலகம் எண்ணில் அடங்கா வடிவங்களால் கட்டமைக்கப்பட்டுள்ளது. பெரும் எண்ணிக்கையிலான வீடுகளால் ஒரு நகரம் உருவாகியிருக்கிறது. ஒரு நாட்டிற்கான கலைகளும், அறிவியல்களும், நிறுவன அமைப்புகளும் தனிநபர்களின் முயற்சியால் கட்டமைக்கப்பட்டிருக்கின்றன. ஒரு நாட்டின்

விதியை நிர்ணயிக்கும் ஆற்றல்

வரலாறு அதன் நிகழ்வுகளால் கட்டமைக்கப்பட்டுள்ளது.

ஒன்றை உருவாக்கும் செயல்பாடு என்பது அதனை ஒத்த மாற்றுச் செயல்பாடான அழித்தொழிப்பையும் கோருகிறது. தங்களின் பயன்பாட்டை நிறைவு செய்துள்ள பழைய வடிவங்கள் சிதைவுக்கு உள்ளாகின்றன. அவற்றின் உருவாக்கத்திற்குக் காரணமான மூலப்பொருட்கள் இப்போது புதிய விகிதத்தில் சேர்கின்றன. சிதைவும் ஆக்கமும் மாறி மாறி நடைபெறுகின்றன. அனைத்து உடல் அமைப்புக்களிலும், பழைய செல்கள் தொடர்ந்து சிதைவுக்கு உள்ளாக அங்கே புதிய செல்கள் இடம் பெறுகின்றன.

மனிதனது படைப்புக்களும், அவை பழையனவாகி தங்களின் பயன்பாட்டை இழக்கும் வரையிலும் தொடர்ந்து புதுப்பிக்கப்பட்டுக் கொண்டே இருக்க வேண்டும். அவை பின்பு சிதைக்கப்பட்டு வேறு சிறந்த ஒன்றை உருவாக்கப் பயன்படுத்தப்படும். சிதைவு மற்றும் உருவாக்கம் என்று இந்த இரு செயல்பாடுகள் இயற்கையின் அமைப்பில் இறப்பு மற்றும் வாழ்வு என்று அழைக்கப்படுகின்றன. செயற்கையான அமைப்புகளில்-, அழித்தொழித்தல் மற்றும் மறுவுருவாக்கம் என அழைக்கப்படுகின்றது.

சே.அருணாசலம்

பிரபஞ்சமெங்கும், கண்களுக்குப் புலப்படும் உருவமான பொருள்களில் எல்லாம் காணப்படும் இந்த இருமுகத்தன்மை கொண்ட செயல்பாடு, கண்களுக்குப் புலப்படாத அருவமானவற்றிலும் அதே தன்மையோடு விளங்குகிறது. ஓர் உடல் செல்களால் அமைந்துள்ளது போல, ஒரு வீடு செங்கற்களால் கட்டப்பட்டுள்ளது போல, மனிதனது மனமும் எண்ணங்களால் உருவாக்கப்பட்டிருக்கிறது. மனிதர்களின் பல்வேறு குண இயல்புகள் என்பது பல விகித எண்ண சேர்க்கைகளினால் தொடர்ந்து ஏற்ற இறக்கமாகிக் கொண்டிருக்கும் எண்ணங்களின் குவியலே ஆகும். "மனிதன் தன் உள்ளத்தில் எண்ணும் எண்ணங்களின் உள்ளிருப்பாகவே இருக்கிறான்" என்ற முதுமொழியின் ஆழமான உண்மையை இங்கே காண்கிறோம். தனி ஒருவனது குண இயல்புகள் என்பது நிலைபெற்றுவிட்ட அவனது எண்ண ஓட்டங்களாகும். நிலைபெற்றுவிட்டது என்பதன் பொருள் அவனது குண இயல்பின் ஒரு பகுதியாக ஒன்றிக் கலந்துள்ளது. அவற்றை மாற்றவோ அல்லது நீக்கவோ வேண்டும் என்றால் சுய கட்டுப்பாடுடன் கூடிய தனி முயற்சிகள் மேற்கொள்ளப்பட்டால் மட்டுமே அது முடியும். ஒரு மரம் வளர்வதைப் போலவே, ஒரு வீடு கட்டப்படுவதுப் போலவே குண இயல்பும்

விதியை நிர்ணயிக்கும் ஆற்றல்

உருவாகிறது, அதாவது புதிய பொருளின் இடைவிடாத ஒன்று கலப்பு. அந்தப் புதிய பொருள் எது என்றால்-, எண்ணங்கள் தான் அந்த புதிய பொருள். கோடிக்கணக்கான செங்கற்களால் ஒரு நகரம் உருவாகியிருக்கின்றது. கோடிக்கணக்கான எண்ணங்களின் ஒன்று கலப்பால் ஒரு மனம், ஒரு குண இயல்பு உருவாகின்றது.

ஒவ்வொருவனும் ஒரு மனக் கட்டமைப்பாளன் தான், அவன் தன்னை அப்படி ஏற்கிறோனோ இல்லையோ. ஒவ்வொருவனும் வாழ்வின் இன்றியமையாத இயல்பால் கட்டாயம் எண்ணியே ஆக வேண்டும். அவனது ஒவ்வொரு எண்ணமும் மனம் என்னும் கட்டிடத்தைக் கட்டி எழுப்புவதற்கான ஒரு செங்கல்லாகும். இந்த "செங்கற்களை அடுக்கி" கட்டிடம் கட்டும் செயல்பாட்டை மிகப் பெரும்பான்மையானவர்கள் கவனக் குறைவோடு செய்கிறார்கள். அதன் விளைவாக, சோதனைகள் அல்லது பிரச்சினைகளை எதிர்கொள்ள வேண்டிய முதல் கட்டத்திலேயே, நிலையில்லாத உறுதியற்றதாக உருவாகும் குண இயல்புகள் இடிந்து விழுகின்றன.

சிலர், தங்கள் மன உருவாக்கத்தின் செயல்பாட்டில் பல தீய எண்ணங்களை உட்புகுத்துகிறார்கள்.

இவை எல்லாம் முழுதும் சுடப்படாத செங்கற்கள் போன்றவையாகும். இவை அடுக்கி பூசிவைக்கப்பட்ட வேகத்திலேயே சரியத் தொடங்கிவிடும், ஒரு முழுமை பெறாத, கவர்ந்து ஈர்க்க கூடிய கட்டிடமாக அது விளங்காது. அதில் குடியிருப்பவருக்கு, பாதுகாப்பு மற்றும் வசதியை அது உறுதி செய்யாது.

உடல் நலம் குறித்த தளர்வு மனப்பான்மை ஏற்படுத்தும் எண்ணங்கள், முறையற்ற இன்பங்களைக் குறித்த இச்சையூட்டும் எண்ணங்கள், தோல்வியைக் குறித்த பலவீனமான எண்ணங்கள், தன்னிரக்கம் மற்றும் தற்புகழ்ச்சியை நாடும் நோய்வாய் பிடித்த எண்ணங்கள் போன்றவை எல்லாம் மனக் கோயிலைக் கட்டி எழுப்புவதற்கு பயன்படுத்த தகுதியற்ற செங்கற்களாகும்.

மெய்யறிவுடன் தேர்ந்தெடுக்கப்பட்டு முறையாக அடுக்கி கட்டப்படும் பரிசுத்தமான எண்ணங்கள் நீடித்து நிற்கும் செங்கற்கள் போன்றவையாகும். அவை சரிந்து விழுகாது. அவற்றைக் கொண்டு வேகமாக மனக்கட்டிடத்தை எழுப்ப முடியும். முழுமை நிலையை அடைந்து அழகிய வடிவை அது பெறும். அதனைக் கட்டி முடித்த அதன்

விதியை நிர்ணயிக்கும் ஆற்றல்

உரிமையாளனுக்கு பாதுகாப்பு மற்றும் நிம்மதி உணர்வை அவை உறுதி செய்யும்.

வலிமை, நம்பிக்கை, கடமை போன்ற உணர்வுகளை ஊட்டும் எண்ணங்கள், குறுகிய மனப்பான்மையைத் துறக்கச் செய்து பரந்த மனதை அடையத் தூண்டுகோலாக அமையும் எண்ணங்கள் போன்றவை-,

நிலை பெற்று இருக்கக் கூடிய மனக் கோயிலைக் கட்டியெழுப்பப் பயன்படும் உறுதியான செங்கற்களாகும். அத்தகைய ஒரு மனக்கோயிலைக் கட்டுதலுக்குத் தேவையான ஒரு செயல்பாடு என்பது பழைய, பயனற்ற எண்ணங்களினாலான பழக்க வழக்கங்களைத் தகர்த்து அழிப்பதாகும்.

"நீ வாசல் புகுவதற்கான தளங்களை அமைத்துக் கொள்,என் ஆன்மாவே, மாறும் பருவநிலைக்கு ஏற்ப "

ஒவ்வொருவனும் தன்னை தானே கட்டமைத்துக் கொள்ளும் ஒரு கட்டமைப்பாளனே. அவனது மனக் குடியிருப்பு உறுதியற்று கட்டப்பட்டிருந்தால்,

மழைநீர் புகுவது போலப் பிரச்சினை உட்புகும், ஏமாற்றம் என்னும் புயற்காற்று வீசி சுவரை இடித்து விழச் செய்யும். எனவே மனதைப் பாதிக்கும் இத்தகைய கூறுகளிலிருந்து தற்காத்துக் கொள்ள விரும்புபவன், தன் அக மாளிகையைச் சிறப்பாகக் கட்ட அதற்காக மனவெளியில் உழைக்கட்டும். தனது உள்ளக் குடியிருப்பை வலிமையாகக் கட்டும் முயற்சியை மேற்கொள்ளாமல், பொறுப்பைத் தட்டிக் கழிக்கும் விதமாக பழியைச் சாத்தானின் மீதோ அல்லது அவனது முன்னோர்களின் மீதோ அல்லது அவனைத் தவிர வேறு எதன் மீதாவது போடுவது, அவன் சிறந்த ஒரு மனக் குடியிருப்பைக் கட்டவோ அல்லது உள்ளக் குடியிருப்பில் தொல்லையின்றி வாழவோ உதவப் போவது இல்லை.

மனிதன் தனது பொறுப்புக்கள் குறித்து விழிப்புணர்வு பெறும் போது, அவனுள் உறையும் ஆற்றலின் அளவை மதிப்பீடு செய்து அறியும் போது, ஓர் உண்மை திறனாளி பணியைச் செயல்படுத்துவது போலத் தன் வாழ்வின் பணியை அவன் செயல்படுத்தத் தொடங்குகிறான். அவன் தன் அக உலகில் எண்ணங்களைச் சீர்படுத்துகிறான். அதன் விளைவாக புற உலகில் அவனது நிறைவான குணயியல்பு வெளிப்படுகின்றனது. அது அவனைப் பாதுகாக்கும்

விதியை நிர்ணயிக்கும் ஆற்றல்

அரணாக விளங்குவதோடு அவன் காலத்திற்குப் பின்பு வரும் சந்ததியினரால் போற்றப்படுகிறது. அவன் மறைவிற்குப் பின்னும் துன்பத்தில் சிக்கித் தவிப்போருக்கான பாதுகாப்பு அரணாக விளங்குகிறது.

இந்த முழுப் பிரபஞ்சமும் சில கணிதவியல் அடிப்படைகளின் மீதே கட்டமைக்கப்பட்டிருக்கிறது. இந்தப் புற உலகில், சடப் பொருட்களைக் கொண்டு மனிதனால் கட்டப்பட்ட எல்லா அற்புதக் கட்டுமானங்களும் அவற்றின் அடிப்படை விதியிலிருந்து துளியும் மீறாதிருப்பதன் காரணமாகவே நிலைப்பெற்று இருக்கின்றன. அது போலவே, சில எளிய அடிப்படை கோட்பாடுகளைப் பற்றிய தெளிவும் அவற்றைக் கடைப்பிடிப்பதுமே ஒரு வெற்றிகரமான, மகிழ்ச்சியான, அழகான வாழ்வு உருவாகக் காரணமாகிறது.

எத்தகைய புயல் சீற்றத்தையும் தாங்கி ஈடு கொடுத்து நிற்க கூடிய ஒரு கட்டிடத்தை ஒருவன் கட்ட விரும்பினால், அவன் அதைச் சதுரம் அல்லது வட்டம் போன்ற எளிமையான கணிதவியல் வடிவமைப்புகள் விதிகளின் அடிப்படையில் கட்ட வேண்டும். அவன் அவ்விதிகளைப் புறக்கணித்தால்

சே.அருணாசலம்

அந்தக் கட்டிடம் முழுமை பெறுவதற்கு முன்பே கூடச் சரியக்கூடும்.

அது போல ஒருவன்-, வெற்றிகரமான, வலிமையான, எடுத்துக்காட்டான வாழ்வை வாழ்ந்து காட்ட விரும்பினால், புயலாக வீசும் பிரச்சினைகளினாலும் தூண்டுதல் இச்சைகளினாலும் ஆட்டம் காணாத ஓர் உறுதியான வாழ்வை அமைக்க வேண்டும் என்றால் சில எளிய அறநெறி கோட்பாடுகள் மீறப்படாமல் கடைப்பிடிக்கப்பட வேண்டும்.

அவ்வாறு கடைபிடிக்கப்பட வேண்டிய நான்கு அற நெறி கோட்பாடுகளாக விளங்குவன ;-நீதி, நேர்மை, உள்ளத்தால் பொய்யாது ஒழுகல் மற்றும் இரக்கம். சதுர வடிவிலான ஒரு வீட்டின் கட்டுமானத்தில், அந்தச் சதுரத்தின் நான்கு கோடுகளைப் போல இந்த நான்கு நிலைப்பெற்ற உண்மைகள் விளங்குகின்றன. ஒரு மனிதன் அவற்றைப் புறக்கணித்து விட்டு வெற்றியை, மகிழ்ச்சியை, நிம்மதியை-, அநியாயத்தாலும், சூழ்ச்சிகளாலும் சுயநலத்தாலும் பெற முடியும் என்று கருதுவது, கணிதவியல் அடிப்படைகளை புறந்தள்ளி விட்டு வடிவமைப்புகளில் அவற்றின் கோடுகளுக்கு இடையே ஒன்றுக்கு ஒன்று உள்ள தொடர்பு

விதிகளைக் கடைபிடிக்காமல் வலிமையான, உறுதியான வசிப்பிடத்தைக் கட்ட முடியும் என்று நினைக்கும் கட்டுமானனாக இருக்கிறான். இறுதியில், அவனுக்குத் தோல்வியும் ஏமாற்றமுமே மிஞ்சும்.

அவன் குறுக்கு வழிகளைக் கடைபிடித்து, சில காலத்திற்கு வேண்டுமானால் வளமோடு வாழலாம். அது, அநியாயமும் நேர்மையின்மையும் துணைபுரிவதாக ஒரு பொய்யான மாயையை ஏற்படுத்தி அதனை அவன் நம்பும்படி செய்யும். ஆனால், உண்மையில் அவனது வாழ்வு மிகப் பலவீனமாக உறுதியற்று எந்த நேரமும் சரியக்கூடிய நிலையில் இருக்கிறது. ஒரு நெருக்கடியான காலம் வரும், இயற்கை விதியின் படி அப்படி ஒரு காலம் வந்தே ஆக வேண்டும். அப்போது அவனது செயல்பாடுகள், அவனது மதிப்பு, அவனது செல்வ வளங்கள் எல்லாம் மண்ணோடு மண்ணாக அவன் தானே விலை கொடுத்து வாங்கிய அந்த கைவிடப்பட்ட நிலையை அடைந்திருப்பான்.

இங்கு குறிப்பிடப்பட்டிருந்த இந்த நான்கு அறநெறி கோட்பாடுகளைப் புறக்கணிக்கும் ஒருவனால் நிச்சயமாக ஓர் உண்மையில் வெற்றிகரமான,

சே.அருணாசலம்

மகிழ்ச்சியான வாழ்வை அடைய முடியாது. சூரியனின் நீளவட்டப்பாதையில் சுற்றும் பூமி அதிலிருந்து விலகாமல் இருக்கும் வரை எப்படி ஒளியையும் வெப்பத்தையும் பெறுவதை எப்படி எதுவும் தடுக்க முடியாதோ அதைப் போலவே அவ்வறநெறி கோட்பாடுகளைத் தனது ஒவ்வொரு செயல்பாட்டிலும் அணுகுமுறையிலும் கடைப்பிடிப்பவன் அந்த வெற்றிகரமான, பேரருளான வாழ்வை அடைவதில் நிச்சயம் தோல்வியுற முடியாது. காரணம், அவன் அடிப்படை பிரபஞ்ச விதிகளோடு ஒத்திசைவாக செயல்படுகிறான். மாற்றவோ சிதைக்கவோ முடியாத அடித்தளத்தின் மீது தனது வாழ்வைக் கட்டமைக்கிறான். அவன் செய்வது எல்லாமே வலிமையாகவும் நிலைப்பெற்று இருக்க கூடியதாகவும் இருக்கும். அவன் வாழ்வின் அனைத்துப் பகுதிகளும் ஒருங்கமைப்பாகவும், ஒத்திசைவாகவும் உறுதியாக பின்னப்பட்டதாக இருக்கும். அதைச் சிதறடிக்க முடியாது.

கண்களுக்குப் புலப்படாத, தவறிழைக்காத மாபெரும் ஆற்றலின் செயல்பாட்டால் உருவாக்கப்பட்ட அனைத்து பிரபஞ்ச வடிவுகளிலும் மிகத் துளி அளவு வரையிலும் கூடக் கணிதவியல் விதி முற்று முதலாக செயல்படுத்தப்பட்டிருப்பதைக் காணமுடியும். மிகச் சிறிய உயிரும் மிகப் பெரிய

விதியை நிர்ணயிக்கும் ஆற்றல்

உயிரைப் போலவே துல்லியமாக கட்டப்பட்டிருப்பதை மைக்ரோஸ்கோப் நிரூபணம் செய்கிறது.

பனிக்கட்டியும் நட்சத்திரத்தை போன்றே செம்மையாக கட்டமைக்கப்பட்டுள்ளது. அது போல மனிதன் ஒரு கட்டிடத்தைக் கட்டும் போதும் அனைத்து விவரங்களையும் கவனத்தில் கொள்ள வேண்டும்.

அடித்தளம் முதலில் அமைக்கப்பட வேண்டும். அது புதைக்கப்பட்டதாக, மறைவானதாக இருந்தாலும் கூட அதன் கட்டமைப்பில் மிகுந்த கவனம் செலுத்த வேண்டும். கட்டிடத்தின் வேறு எந்தப் பகுதியையும் விட, வலிமையானதாக அது கட்டப்பட வேண்டும். அதன் பின்பு, நேர் கோடாக நூலைப் பிடித்து ஒவ்வொரு கல்லாக அடுக்கிக் கட்டப்பட, கட்டிடமானது நீடித்து நிற்க கூடியதாக, வலிமையானதாக, அழகானதாக விளங்கும்.

மனிதனின் வாழ்வும் அது போலத் தான். பாதுகாப்பான, பேரருளான வாழ்வைப் பெற விழைபவன், பலரும் வருந்தி அவதிப்படுகின்ற தோல்விகளிலிருந்தும் துக்கங்களிலிருந்தும்

சே.அருணாசலம்

விடுப்பெற்ற வாழ்வை விரும்புபவன், அறநெறி கோட்பாடுகளை தனது வாழ்வின் ஒவ்வொரு செயல்பாட்டிலும் கடைப்பிடிக்க வேண்டும். ஒவ்வொரு கணநேரக் கடமையிலும், முக்கியமற்றதாக காணப்படும் நிகழ்விலும் கூடக் கடைப்பிடிக்க வேண்டும். ஒவ்வொரு சிறிய அம்சத்தையும் கூடப் புறக்கணிக்காமல் செம்மையாக, நேர்மையாகக் கடைபிடிக்க வேண்டும்.

ஒருவன் வணிகனாகவோ, வேளாண்மை செய்பவனாகவோ, தொழில்துறை சார்ந்தவனாகவோ அல்லது கைத்தொழில் வினைஞர் என எதுவாக வேண்டுமனாலும் இருக்கட்டும், அவன் எந்தச் சிறிய அம்சத்தையேனும் புறக்கணித்தாலோ அல்லது தவறாக செயல்படுத்தினாலோ, அது கட்டிடத்தில் ஒரு கல்லை வைக்க வேண்டிய இடத்தில் வைக்காமல் கட்டுவது போலத் தான். அது பிரச்சினைக்கும் பலவீனத்திற்கும் காரணமாகி விடும்.

மிகப் பெரும்பாலானவர்கள் தோல்வியையும் துக்கத்தையும் சந்திப்பதற்குக் காரணம்

விதியை நிர்ணயிக்கும் ஆற்றல்

முக்கியமற்றதாக தோன்றிய ஒன்றின் மீது கவனம் செலுத்தாமல் புறக்கணித்தது தான்.

சிறிய அம்சங்களைப் புறக்கணிக்கலாம், பெரிய அம்சங்களின் மீதே அதிக கவனம் செலுத்த வேண்டும் என கருதுவது பொதுவாக நிலவுகின்ற ஒரு பிழையாகும். ஆனால், பிரபஞ்சத்தின் மீது செலுத்தப்படும் ஒரு கண நேரப் பார்வையும் அதன் கூடவே வாழ்வை ஆழ்ந்து சிந்திப்பதாலும் ஏற்படும் தெளிவு விளங்க வைப்பது, சிறிய அம்சங்களின் துணை இல்லாமல் பெரிய அம்சங்கள் நிலைப்பெற்று இருக்க முடியாது என்பதைத் தான். சிறியவற்றின் துல்லியமான செயல்பாடே பெரியவற்றின் துல்லியமான செயல்பாட்டுக்குக் காரணமாகும்.

தன் வாழ்வின் அடித்தளமாக இந்த நான்கு அறநெறி கோட்பாடுகளைக் கடைப்பிடிப்பவன், தன் குண இயல்புகளை அதன் மீது வளர்த்துக் கொள்பவன், அவனது எண்ணத்திலும், சொல்லிலும், செயலிலும் அதிலிருந்து தடம் புரளாதவன், தனது ஒவ்வொரு கடமையையும், ஒவ்வொரு செயல்பாட்டையும் அவற்றிலிருந்து இம்மியளவும் பிறழாமல் செய்பவன், உள்ளத்தின் ஓர்மை என்ற மறைவான அடித்தளத்தை

சே.அருணாசலம்

அமைப்பவன் அவனுக்கு நன்மதிப்பைப் பெற்றுத்தரும் ஒரு கட்டிடத்தை, அந்த அடித்தளத்தின் மீது எழுப்பத் தவற மாட்டான். அவன் கட்டியுள்ள வலிமையான, அழகான வாழ்வு என்னும் ஆலயத்தின் உள் அவன் நிம்மதியோடும் பேரருளோடும் இளைப்பாறுவான்.

விதியை நிர்ணயிக்கும் ஆற்றல்

7. கவனக் குவிதலை வளர்த்தெடுக்கும் அடிப்படைக் கூறுகள்

குவிந்த கவனம் அல்லது மனதின் கவனம் அலைபாயாமல் ஒருமுகப்படுத்திய நிலையில் இருப்பது என்பது எந்த ஒரு செயலையும் செம்மையாக செய்து முடிப்பதற்கான ஓர் இன்றியமையாத தேவையாகும். 'செய்வன திருந்த செய்தல்' தந்தையாக, 'சிறப்பாக செய்தல்' தாய் ஆக இதற்கு இருக்கின்றது. இது தன்னியல்பாகக் கூடிய ஒரு பெரும் ஆற்றல் என்றாலும் இந்த ஆற்றலை ஒரு தனித்திறனாக வளர்த்துக் கொள்வதால் எந்தப் பயனும் இல்லை. இந்த ஆற்றல், மற்ற அனைத்து ஆற்றல்களுக்கும் துணைநின்று பணிகளைச் செம்மையாக முடிக்க உதவும். இந்த ஆற்றல் தனியே செயல்படுவது பயனும் தராது என்றாலும், மற்ற செயல்பாடுகளுக்கு துணைநிற்கும் போது பெரும் பயன் தரும். எப்படி இயந்திரவியலில் நீராவி செயல்படுகின்றதோ அது போல மனம் என்னும்

சே.அருணாசலம்

இயந்திரத்தை இயக்கும் பேராற்றலாக-, ஒருமுகமாகக் குவிக்கப்பட்ட மனதின் கவனம் ஆனது வாழ்வின் செயல்பாடுகளைச் செய்ய உதவுகிறது.

இந்த ஆற்றல் பொதுவாக, அதன் அடிப்படை நிலையில் எல்லோரிடமும் காணப்படுகிறது என்றாலும், அதன் செம்மை உயர் நிலையில் அரிதாகவே காணப்படுகிறது. மன உறுதி மற்றும் பகுத்தறிவு ஆகியன எப்படி அனைவரிடத்திலும் ஓரளவுக்கு இருந்தாலும், திடமான அசையாத மன உறுதி மற்றும் பலவற்றையும் ஆய்வுக்கு உட்படுத்தும் பகுத்தறிவு வெகு அரிதாக காணப்படுவது போன்றது தான் இது. சில நவீன எழுத்தாளர்களின் கருத்துக்களில், கவனத்தை ஒரு முகப்படுத்துதல் அல்லது கவனக் குவிப்பு என்பது ஏதோ புதிரான விஷயம் போன்ற ஒரு கருத்து ஏற்படுத்தப்படுகிறது. அது முற்றிலும் ஒரு மாயையான தோற்றம் ஆகும்.

ஒவ்வொரு வெற்றிகரமான மனிதனும், அவனது வெற்றி எந்தத் துறையைச் சார்ந்தது ஆக இருந்தாலும் சரி, கவன குவிதலுடன் செயல்படுகிறான், இந்தக் கவனக்குவிப்பு என்றால் என்ன என்று அதைப் பற்றி சிறிது அளவும் ஆய்வு

விதியை நிர்ணயிக்கும் ஆற்றல்

செய்யாதவனாக அவன் இருந்தாலும். மிகுந்த ஈடுபாட்டுடன் செயலில் ஈடுபட்டு அதில் மூழ்கி இருக்கும் போது, புத்தகத்தை ஆழ்ந்து படிக்கும் போது, இறைவழிப்பாட்டில் உருகும் போது, கடமையில் கண்ணும் கருத்துமாக செயல்படுவது போன்றவற்றை எடுத்துக் காட்டாக கொள்ளலாம். அப்போது எல்லாம் குறைவாகவோ அல்லது நிறைவாகவோ, ஏதோ ஓர் அளவில், கவனகுவிதலை ஒருவன் கடைப்பிடிக்கிறான்.

இந்தக் கவன குவிதலை ஒரு தனித்திறனாக கருதி அதை வளர்த்துக் கொள்வதற்கான பயிற்சிமுறைகளையும் வழிமுறைகளையும் பல புத்தகங்கள் வழங்குகின்றன. இதை விட, உறுதியாகவும் விரைவாகவும் வீழ்ச்சிக்கு இட்டுச் செல்லும் வேறு வழிகள் கிடையாது. கவன குவிதலை வளர்த்துக் கொள்வதற்கு-, கண்களின் பார்வையை மூக்கின் நுனியின் மீது, கதவின் கைப்பிடி மீது, ஒரு படத்தின் மீது, பல உள்ளர்த்தங்களைக் கொண்ட ஓவியத்தின் மீது, அல்லது ஓவியமாக வரையப்பட்ட ஒரு புனிதரது உருவம் மீது, மனதை நெற்றிப் புருவத்தின் மீது அல்லது பினியல் சுரப்பி மீது, வயிற்று பகுதி மீது, வெட்டவெளியில் இருக்கும் ஒரு கற்பனை புள்ளியின் மீது செலுத்துவது என இவை போன்றவற்றை மிகத் தீவிரமாக வலியுறுத்தும்

சே.அருணாசலம்

புத்தகங்களை நான் பார்த்திருக்கிறேன். நாம் உணவை மெல்லும் போது தாடையை அசைப்போம். ஆனால், உணவின்றி தாடையை வெறுமனே அசை போடுவதால் எந்தப் பயனும் ஏற்படாது. இவை போன்ற பயிற்சிகளும் அது போலத் தான். இவற்றால் எந்தப் பயனும் இல்லை. இவை எதைக் கற்றுத்தருவதாக சொல்கின்றனவோ, உண்மையில் அதற்கு எதிராகவே செயல்படுகின்றன.

இவை கவனச்சிதறலுக்குத் தான் இட்டுச் செல்கின்றன, கவன குவிதலுக்கு அல்ல. பலவீனத்திற்கும் முட்டாள்தனத்திற்கும் தான் இட்டுச் செல்கின்றன, வலிமைக்கோ அறிவாற்றலுக்கோ அல்ல. இது போன்ற பயிற்சிகளை மேற்கொண்டவர்களை நான் பார்த்திருக்கிறேன். அவர்களிடமிருந்த கவனகுவிப்புத் திறன், இப்பயிற்சிகளுக்குப் பின், ஏற்கனவே இருந்ததை விடப் பல மடங்கு குறைந்துவிட்டன. அவர்கள் ஒரு பலவீனமான அலைபாயும் மனதிற்கு இரையாகிவிட்டார்கள்.

கவனகுவிதல் என்பது ஒரு செயலை செய்து முடிப்பதற்கு துணைபுரியும் ஒரு கருவி ஆகும். அதையே ஒரு தனித்திறனாக கருதி செயல்பாட்டில்

விதியை நிர்ணயிக்கும் ஆற்றல்

இருந்து பிரித்து தனியே வளர்ப்பதில் எந்தப் பொருளும் இல்லை. நம்மால் இயல்பு நிலையில் எட்ட முடியாத பொருளை எடுப்பதற்கான தேவை இருக்கும் போது ஏணி பயன்படும். அப்படி ஒரு தேவை இல்லாத போது ஏணியை வைத்துக்கொண்டு அலைவதால் எந்தப் பயனும் இல்லை. எனவே, மனம் குவிந்த கவனம் என்பது சாதிப்பதற்கு கடினமான ஒன்றை சாதிப்பதற்கு பயன்பட வேண்டுமே அன்றி எந்த தேவையுமின்றி ஒன்றின் மீது மனம் குவிந்த கவனத்தைச் செலுத்துவது தேவையற்றதாகும்.

மனதை ஒருமுகப்படுத்துவது அல்லது மனம் குவிந்த கவனம் செலுத்துவது என்பது வாழ்வின் தேவை மற்றும் பயன்பாடுகளோடு பின்னிபிணைந்துள்ளதாக இருக்க வேண்டுமே அன்றி அதை கடமைகளிலிருந்து பிரித்து பார்க்க கூடாது. எவன் ஒருவன் அதை தன் அன்றாட செயல்பாடுகள் மற்றும் கடமைகளிலில் அதை செலுத்தாமல் அதை தனியே அடைய நினைப்பவன், அதில் தோல்வி அடைவான் என்பது மட்டும் அல்ல, தன்னிடம் ஏற்கனவே இருந்த மனக்கட்டுப்பாடு மற்றும் செயல் திறன்களை வளர்த்துக் கொள்வதற்குப் பதிலாக குறைத்துக் கொள்கிறான். இதனால், அவன் பொறுப்பேற்றுள்ள

சே.அருணாசலம்

செயல்பாடுகளில் வெற்றி பெறுவதற்கான தகுதியை இழந்தவாறு இருக்கிறான்.

நிகழ்நேரப் பொழுதின் செயல்பாடு தான் கவன குவிதலை வளர்த்துக் கொள்வதற்கான களமாகும்- அந்தச் செயல்பாடு ஆன்மீக உயர் அறிவை பெறுவதாக இருக்கட்டும் அல்லது தரையை கூட்டி மெழுகுவதாக என எதுவாகவும் இருக்கட்டும். ஆனால், நடைமுறை வாழ்வோடு தொடர்பில் இல்லாத வழிமுறைகளை ஒருவன் அறவே தவிர்க்க வேண்டும். மனம் அலைபாயாமல் செய்து முடிக்கப்பட வேண்டிய செயலில் கவனமுடன் ஈடுபடுவது அன்றி, கவனக்குவிதல் என்பது உண்மையில் வேறு என்ன?

ஒருவன் தனது வேலையை அதை முடிப்பதற்கான நோக்கத்தைக் கருத்தில் கொள்ளாமல், அவசர கதியில் அல்லது கவனமின்றி செய்துவிட்டு, செயற்கையான "கவனக்குவிப்பு வளர்ப்பு வழிமுறைகள்" ஆன கதவுக் கைப்பிடி, மெழுகுவர்த்தி ஒளி அல்லது நெற்றி புருவத்தை நோக்குவது போன்ற செயற்கை வழிமுறைகளை மேற்கொள்பவன், அதை ஏதோ ஒரு புதிரான ஆற்றல் என்று தவறான கற்பனையில் அவற்றை நாடுபவன் மனம் பேதலிப்பதற்கான

விதியை நிர்ணயிக்கும் ஆற்றல்

வாய்ப்புக்கள்(இது போன்ற வழிமுறைகளைப் பயிற்சி செய்து உண்மையாகவே பைத்தியமான ஒருவரை நான் அறிந்திருக்கிறேன்) இருக்கின்றனவே தவிர, அவன் உறுதியான மனதை வளர்த்துக் கொள்ள மாட்டான். இது உண்மையில் ஓர் எளிய, நடைமுறை வாழ்வோடு தொடர்புடைய ஒரு தன்மை ஆகும்.

எனவே கவனக்குவிதலின் மிகப் பெரிய எதிரியாக இருப்பது-அதாவது, செயல்திறன் மற்றும் ஆற்றல் ஆகியவற்றின் எதிரியாக இருப்பது- அலைபாய்ந்துத் திரியும் கட்டுப்பாடற்ற மனமே ஆகும். கவனகுவிதல் என்பது நாம் எளிதில் அடைய முடியாத ஒன்றை எளிதில் அடைவதற்குப் பயன்படும் போது தான் அதற்கு தனி சிறப்பே அன்றி தன்னளவில் அதற்கு என்று எந்த தனிச்சிறப்பும் இல்லை.

திசையெங்கும் சிதறிக் கிடக்கும் ஓர் ஒழுங்கு முறையற்ற படையால், எந்தப் பயனும் ஏற்படாது. அந்தப் படையை, முறையாக செயலில் ஈடுபடுத்தி வெற்றி பெற வேண்டும் என்றால், அதைக் கட்டுக்கோப்பாகக் குவித்து வைத்துத் திறம்பட இயக்க வேண்டும். ஒருமுகப்படுத்தப்படாது சிதறிக் கிடக்கும் எண்ணங்கள் பலவீனமானவை,

பயனற்றவை. ஒரு முகப்படுத்தப்பட்டு, வேண்டிய திசையில் செலுத்தப்படுவதற்கான கட்டளைக்கு இணங்கும் எண்ணங்கள் வலிமை மிக்கவை. அவ்வெண்ணங்களின் பாதையில் எதிர்வரும் குழப்பங்களும், சந்தேகங்களும், சிக்கல்களும் அதன் நிமிர்ந்த நேர் நடையைப் பார்த்து அதற்கு வழிவிட்டு விலகும். ஒருமுகப்படுத்தப்பட்ட எண்ணங்கள் எல்லா வெற்றி தளங்களுக்குள்ளும் நுழையும், அனைத்து வெற்றிகளையும் அறிவிக்கும்.

கவனகுவிதலை அடைவதில் எந்த ஒரு பெரு இரகசியமும் கிடையாது. ஏனைய மற்ற ஆற்றல்கள், திறன்கள் போலப் பயிற்சியாலும் பழக்கத்தாலும் வருவது தான் அதுவும். எல்லா வளர்ச்சிகளுக்கும் அடிப்படை கோட்பாடாக இருந்து வழிநடத்துவது நடைமுறை பயிற்சியே. ஒரு செயலைச் செய்யும் திறனைப் பெற வேண்டும் என்றால், அதை முதலில் செய்யத் தொடங்க வேண்டும், அதை எளிதாகவும், நேர்த்தியாகவும் செய்யும் திறனைப் பெறும் வரை அதை பயிற்சித்து வர வேண்டும். இந்த அடிப்படை கோட்பாடு -கலை, அறிவியல், வணிகம், கல்வி, ஒழுக்கம், சமயம் என உலகின் அனைத்துத் துறைகளுக்கும் பொருந்தும். ஒருவன் ஓவியனாக வேண்டும் என்றால், அவன் முதலில் வரைய வேண்டும். ஒரு கருவியை

விதியை நிர்ணயிக்கும் ஆற்றல்

எப்படிப் பயன்படுத்த வேண்டும் என்பதை ஒருவன் அறிய, அவன் முதலில் அதைப் பயன்படுத்தத் தொடங்க வேண்டும். கற்றவனாக வேண்டும் என்றால் முதலில் கற்க வேண்டும். மெய்யறிவு மிக்கவனாக வேண்டும் என்றால், மெய்யறிவான செயல்களை அவன் செய்ய வேண்டும். மனதை ஒருமுகப்படுத்தி கவனம் செலுத்த வேண்டும் என்றால், அவன் அதை ஒருமுகப்படுத்தி கவனம் செலுத்த முயற்சிக்க வேண்டும். அதைச் செய்வது மட்டுமே எல்லாமும் ஆகிவிடாது, அதை அறிவோடும் ஆற்றலோடும் செய்ய வேண்டும்.

எனவே, கவன குவிதலின் தொடக்கம் எது என்றால், உங்களுடைய தினசரி செயல்பாடுகளின் போது மனதை சிதற விடாமல் உங்களது அனைத்து அறிவாற்றலையும் மனதின் சக்தியையும் செய்து முடிக்கப்பட வேண்டிய செயலின் மீது ஒன்று திரட்டி செலுத்துவது தான். எண்ணங்கள், குறிக்கோளிலிருந்து விலகித் தறி கெட்டு ஓடும் போது அவற்றை அடக்கி திரும்பவும் முன் நிற்கும் செயலின் மீது செலுத்த வேண்டும்.

ஆக, உங்கள் மனம் கவனம் செலுத்த வேண்டிய கவனப்புள்ளி என்பது நீங்கள் தினசரி ஈடுபடும் செயல்பாடுகளாகத் தான் இருக்க வேண்டுமே தவிர

சே.அருணாசலம்

பின்னியல் சுரப்பியோ, நெற்றி புருவமோ, எங்கோ வெட்டவெளியில் மிதக்கும் கற்பனைப் புள்ளியோ அல்ல. நீங்கள் இவ்வாறு கவனம் செலுத்துவதன் குறிக்கோள், அந்தச் செயல்பாட்டைத் தங்கு தடையின்றி, லாவகமாக, நேர்த்தியாக, விரைவாக, சிறப்பாக செய்து முடிக்கும் திறனைப் பெறுவது தான். இவ்வாறு, உங்களது பணியைச் செய்யும் வரை, உங்கள் மனதைக் கட்டுப்படுத்தும் திறனை நீங்கள் எந்த அளவிலும் பெற்றிருப்பதாக சொல்ல முடியாது, மனதை ஒரு முகப்படுத்தி கவனம் செலுத்தும் ஆற்றலைப் பெற்றிருப்பதாகவும் கொள்ள முடியாது.

ஒருவன் தனது எண்ணங்களையும் ஆற்றலையும் செம்மையாக ஒருமுகப்படுத்தி, தான் செய்வதற்கான செயலின் மீது செலுத்துவது என்பது தொடக்கத்தில் கடினமாகவே இருக்கும், அடையப்படுவதற்கு தகுதியான எந்த ஒன்றுமே தொடகத்தில் கடினமாகத் தான் இருக்கும் என்பது போல. ஆனால் பொறுமையாக, முழு மனதோடு, தினசரி முயற்சியில் ஈடுபடுவது, ஒருவனைச் சுயக்கட்டுப்பாட்டுக்கு விரைந்து அழைத்துச் செல்லும். எந்தப் பணியையும் மேற்கொள்வதற்கான வலிமையான ஊடுருவி அறியும் மனதை அவன் பெறுவான். அந்தப் பணியைச் செயல்படுத்துவதற்கு வேண்டிய அனைத்து நுட்பமான விவரங்களையும்

விதியை நிர்ணயிக்கும் ஆற்றல்

குறித்த புரிதல் அவனுக்கு ஏற்படும். அதைத் துல்லியமாக மேற்கொண்டு நிறைவேற்றுவான்.

ஒருவனது கவனம் செலுத்தும் திறன் மென்மேலும் அதிகரிக்க, அவன் தனது இருப்பால், அவனைச் சுற்றி உள்ள நிகழ்வுகளின் செயல்பாடுகளில் கூடுதலாக பங்களிப்பான். உலகிற்கான, அவனது பயன்பாடும் அதிகரிக்கும். பல்வேறு, நல்வாய்ப்புக்களுக்கான பாதைகள் அவனை வரவேற்கும், உயர் கடமைகளுக்கான கதவுகள் அவனுக்குத் திறக்கும். ஓர் பரந்த, முழுமையான வாழ்வின் மகிழ்ச்சியை அவன் அனுபவிப்பான்.

கவனத்தை ஒருமுகப்படுத்தும் செயல்பாட்டில் நான்கு படிநிலைகள் உள்ளன:

1. கூர்ந்து கவனித்தல்

2. ஆழ்ந்து சிந்தித்தல்

3. செயலில் ஐக்கியமாதல்

சே.அருணாசலம்

4. இளைப்பாறிய நிலையில் செயல்பாடு

முதலாவதாக, அலைபாயும் எண்ணங்கள் கட்டுப்படுத்தப்பட்டு, இலக்கின் மீது மனதின் கவனம் செலுத்தப்படுகிறது. நிகழ் பொழுதில் நிறைவேற்றுவதற்கான செயல் தான் அந்த இலக்கு. இதுவே கூர்ந்து கவனித்தல் ஆகும். கூர்ந்து கவனித்தலின் விளைவாக மனம் ஒரு துடிப்பான விழிப்பு நிலைக்கு எழுந்து செயலின் நிறைவேற்றத்தை குறித்து ஆழ்ந்து சிந்திக்கிறது. இது இரண்டாவது நிலையான ஆழ்ந்து சிந்தித்தல் ஆகும்.

செயலின் நிறைவேற்றத்தை குறித்து ஆழ்ந்து சிந்திப்பது மனதை ஒரு பண்பட்ட நிலைக்கு அழைத்துச் செல்கிறது. புறநிகழ்வுகள் மனதைத் திசைதிருப்ப முடியாத அளவிற்கு, புகுவதற்கான புலன்களின் வாசல்கள் அடைக்கப்படுகின்றன. இதுவே செயலில் ஐக்கியமாதல் ஆகும். இவ்வாறு செயலில் ஐக்கியமாகிய நிலை தொடரும் போது-, அதிக அளவிலான பணி குறைந்த அளவிலான தடைகளுடன் நடை பெறுகிறது. இது இளைப்பாறும் நிலையில் செயல்படுவது ஆகும்.

விதியை நிர்ணயிக்கும் ஆற்றல்

மனம் கூர்ந்து கவனம் செலுத்துவது தான் அனைத்து வெற்றிகரமான செயல்பாடுகளின் முதல் நிலையாக இருப்பது. அதைக் கைவரப் பெறாதவர்கள் எல்லாவற்றிலும் தோல்வியுறுகிறார்கள். சோம்பி திரிபவர்கள், கவனக் குறைவானவர்கள், அக்கறை இல்லாதவர்கள் மற்றும் செயல்திறனற்றவர்கள் இதற்கு எடுத்துக்காட்டாக இருக்கிறார்கள். கூர்ந்து கவனித்தலை அடுத்து ஆழ்ந்து சிந்திக்கும் ஒரு விழிப்படைந்த மனம் தொடரும் போது இரண்டாம் நிலை எட்டப்படுகிறது. பொதுவான உலகியல் செயல்பாடுகளில் வெற்றியை உறுதி செய்ய, இவ்விரு நிலைகளே போதுமானவை. அவற்றைக் கடந்து மேலும் பயணிக்க எந்தத் தேவையும் இல்லை.

செயல்திறனும் ஊக்கமும் உடைய பெருவாரியான தொழிலாளர்கள் மற்றும் ஊழியர்கள் இவ்விருநிலைகளை ஏறக்குறைய அடைந்திருக்கிறார்கள். உலகில், பல்வேறு துறைகளில் நடைபெறும் பணிகளை அவர்கள் தாம் மேற்கொள்கிறார்கள். செயலில் ஐக்கியமாதல் என்னும் மூன்றாம் நிலையை வெகு குறைந்த எண்ணிக்கையிலானவர்களே அடைகிறார்கள்.

செயலில் ஐக்கியமாதல் என்னும் நிலையை நாம் அடையும் போது மேதை தன்மைக்குள் அடியெடுத்து வைக்கிறோம்.

முதல் இரண்டு நிலைகளில்-, மனமும் செயலும் வெவ்வேறாக இருக்கின்றன. செய்யப்படும் செயலானது உழைப்பின் துணையால் தான் கிட்டத்தட்ட நடை பெறுகிறது. குறுக்கிடும் தடைகளையும் எதிர்கொள்ள வேண்டிய நிலை உள்ளது. ஆனால், மூன்றாம் நிலையில் மனம் செயலோடு ஐக்கியமாகி விடுகின்றது. இரண்டும் அறவே ஒன்று கலந்து விடுகிறது. அப்போது தங்கு தடைகள் குறைந்த நிலையில் குறைவான உழைப்பில் மிகுந்த செயல்திறனோடு செயல் நடைப்பெறுகிறது. முதல் இரண்டு நிலைகள் முழுமையாக எட்டப்பட்டிருக்கும் சூழலில், மனம் இலக்கின் மீது விலகி இருந்த படியே கவனம் செலுத்துகிறது. புறச்சூழல்களின் காட்சிகளாலும் சத்தங்களாலும் மனதின் கவனத்தைத் திசை திருப்ப முடியும். ஆனால் மனம் செயலில் ஐக்கியமாகும் போது அது இலக்கிலிருந்து பிரித்துப் பார்க்க முடியாத அளவிற்கு ஒன்றிக் கலந்துவிடுகிறது.

சிந்திப்பாளன் அந்த நிலையில், புற உலகிலிருந்து முற்றிலுமாக விடுப்பட்டு இருக்கிறான். ஆனால்,

விதியை நிர்ணயிக்கும் ஆற்றல்

தெளிந்த நிலையில் மிகுந்த உயிரோட்டத்துடன் அவனது மனதின் செயல்பாடு இருக்கின்றது. அவனிடம் பேசினாலும், அது அவன் காதில் விழுவதில்லை. தொடர்ந்து பல முறை அவனைக் கத்தி அழைக்கும் போது, ஒரு கனவிலிருந்து வெளிவருவது போலப் புற உலகிற்குத் தன் மனதோடு அடியெடுத்து வைக்கிறான். உண்மையில், செயலோடு ஐக்கியமாதல் என்பது, விழிப்பு நிலையில் காணப்படும் ஒரு வகையான கனவு தான். புற உலகிலிருந்து விலகிய செயல்பாடு என்கிற அளவில் மட்டும் இந்த நிலையைக் கனவோடு ஒப்புமைப் படுத்த முடியுமேயன்றி வேறு எந்த வகையிலும் கனவோடு ஒப்புமைப் படுத்த முடியாது. கனவில் நிகழும் குழப்பமான மனநிலை இதில் துளியும் இடம் பெறாது. அதற்குப் பதிலாக பலவற்றின் மீதும் கருத்தை ஊன்றி, ஊடுருவும் உள்ளுணர்வோடு ஒழுங்குமுறையான உயிராற்றலுடன் மனதின் செயல்பாடு இருக்கும். எவன் ஒருவன் அவன் மேற்கொள்ளும் குறிப்பிட்ட பணிகளின் மீது மனதின் முழு கவனத்தையும் ஒருமுகப்படுத்தி செயலில் ஐக்கியமாதலின் உயர்நிலையை எட்டுகிறானோ அவன் மேதை தன்மையை வெளிப்படுத்துகிறான்.

கண்டுபிடிப்பாளர்கள், கலைஞர்கள், கவிஞர்கள், அறிவியலாளர்கள், தத்துவ ஞானிகள் மற்றும்

எல்லா மேதைகளும் செயலோடு ஐக்கியம் ஆகிறவர்களே. கவனம் செலுத்தலின் இரண்டாவது நிலையைத் தாண்டி வராதவர்கள், இலக்கின் மீது தங்கள் கவனத்தை செலுத்தி கடும் உழைப்பால் சாதிக்கும் ஒன்றை அந்த இலக்கோடு ஒன்றி கலப்பதன் வாயிலாக இவர்கள் மிக எளிதில் சாதிக்கிறார்கள்.

நான்காவது நிலை, அதாவது இளைப்பாறும் நிலையில் செயல்பாடு- அடையப்படும் போது, கவனம் ஒருமுகப்படுதலின் உச்ச நிலை எட்டப்படுகிறது. உயிர்த்துடிப்பான செயல்பாடுடன் இளைப்பாறுதலும் இயைந்திருக்கும் ”இளைபாறும் நிலையில் செயல்பாடு” என இந்த இரு செயல்நிலைகளை ஒரே வார்த்தையில் விளக்குவதற்கான தகுந்த சொல்லை என்னால் அறிய முடியவில்லை. எனவே, இளைப்பாறும் நிலையிலான செயல்பாடு என்னும் சொற்றொடர் கொண்டு இது குறிப்பிடப்படுகிறது.

இந்தச் சொற்றொடர் முரண்பாடு மிக்கதாக தோன்றுகிறது. ஆனால், அந்த முரண்பாட்டை விளக்கும் எளிய உதாரணமாக வேகமாக சுழலும் பம்பரத்தைக் கூறலாம். மிக வேகமாக பம்பரம் சுழலும் போது, அது சுழலும் தளத்தில் உராய்வுகள்

விதியை நிர்ணயிக்கும் ஆற்றல்

குறைந்த பட்சமாக இருக்கின்றன. மிக இளைப்பாறுதலுடன் அந்தப் பம்பரம் சுற்றுவதே தெரியாமல் சுழல்வது காண்பதற்கு ஓர் அழகிய காட்சியாக, மனதை மயக்குவதாக இருக்கும். அதைக் காணும் பள்ளிச் சிறுவன் தனது பம்பரம் "தூங்குகிறது" என்று கூறுவான்.

மேலோட்டமாக பார்க்கும் போது, பம்பரம் சுற்றாமல் நிற்பது போலவே இருக்கும். ஆனால், அது இளைபாறும் நிலையில் தான் இருக்கிறதே தவிரச் செயல்படாத நிலையில் இல்லை. உண்மையில் மிக உயிர்துடிப்புடன், சமநிலை மாறாமல் துல்லியமாக செயல்படுகிறது. அது போலவே மனம் ஒருமுகத்தன்மையை அடைந்து செம்மையாக செயல்பாட்டில் ஈடுபட்டிருக்கும் போது, மேற்கொள்ளப்படும் பணி மிகப் பயனுள்ளதாக, உயர்வானதாக இருக்கும். அது ஒரு சலனமற்ற அமைதியும் சாந்தமான இளைபாறுதலுடன் கூடிய நிலை. வெளியிருந்து மோலோட்டமாக பார்க்கும் போது எந்த விதமான செயல்பாடோ சலனமோ தெரிவதில்லை. இந்த ஆற்றலைப் பெற்ற ஒருவனது முகம் சாந்தமான ஒளிவீசும் தன்மை கொண்டதாக இருக்கும். அவனது மனம் மிக உயிர்த்துடிப்புடன் ஆழ்ந்த சிந்தனையில் ஈடுபட்டிருக்கும் போது

சே.அருணாசலம்

வார்த்தைகளால் விவரிக்க முடியாத ஒரு தெய்வீக அமைதி அவனது முகத்தில் தவழும்.

கவனத்தை ஒரு முகப்படுத்துதலின் ஒவ்வொரு படிநிலையும் அதற்கே உரிய குறிப்பிட்ட ஆற்றலைப் பொருந்தியதாக இருக்கிறது. முதல் படிநிலை செம்மைப்படுத்தப்படும் போது அது பயன்பாட்டை நோக்கி அழைத்துச் செல்கிறது. இரண்டாம் படிநிலை செம்மைப்படுத்தப்படும் போது செயல்திறன், ஆற்றல், திறமைக்கு அழைத்துச் செல்கிறது. மூன்றாம் படிநிலையானது மேதைத் தன்மைக்கும் தன்னியல்பான நிலைக்கும் அழைத்துச் செல்கிறது. நான்காம் படிநிலையானது ஆற்றலையும் வல்லமையையும் நோக்கி இட்டுச் செல்கிறது. அதன் விளைவாக மக்களை நேர்வழிப்படுத்தக் கூடிய ஆசான்களும் தலைவர்களும் உருவாகிறார்கள்.

கவன குவிதலின் வளர்ச்சி நிலையிலும் கூட, வேறு எந்தப் பொருளின் வளர்ச்சி நிலையிலும் உள்ளது போலவே, பின்வரக்கூடிய நிலை என்பது அதன் முந்தைய நிலையில் உருவான முழுமையின் தொடர்ச்சியாகவே இருக்கும். அதாவது, ஆழ்ந்து சிந்திக்கும் நிலையில் கூர்ந்த கவனம் உள்ளடங்கி இருக்கும். செயலில் ஐக்கியமாதல் என்பதில் கூர்ந்த

விதியை நிர்ணயிக்கும் ஆற்றல்

கவனம் மற்றும் ஆழ்ந்து சிந்தித்தல் என்பது உள்ளடங்கி இருக்கும். அதன் இறுதி நிலையை எட்டியவன், ஆழ்ந்து சிந்திப்பதன் வாயிலாக அதன் நான்கு நிலைகளையும் அரங்கேற்றுகிறான்.

கவன குவிதலில் தேர்ச்சி பெற்றவன், எந்த நொடியிலும் தனது எண்ணங்களை எந்த ஒரு விடயத்தின் மீதும் செலுத்தும் திறன் பெற்றவனாக இருக்கிறான், வலிமையான ஒளி பொருந்திய பார்வையோடு அதை ஆராய்ந்து அதன் தன்மையை உணரும் ஆற்றல் பெற்றவனாக இருக்கிறான். அவனால் ஒரு சமநிலையான விருப்புணர்வோடு, ஒன்றைக் கையிலெடுக்கவும் முடியும் அல்லது கைவிடவும் முடியும். தனது குறிக்கோள்களை அடையத் தன் சிந்திக்கும் ஆற்றல்களை எவ்வாறு பயன்படுத்த வேண்டும், குறிப்பிட்ட இலக்கை அடைய எப்படி அதை வழிநடத்த வேண்டும் என்று அவன் கற்றுக் கொண்டிருக்கிறான். அவன் புத்திசாலித்தனமாகச் செயல்படுபவன், பலவீனமானவனாக குழப்பமான எண்ணங்களோடு அலைபவன் அல்ல.

முடிவெடுக்கும் திறன், ஆற்றல், முன் ஆயுத்த நிலை, மற்றும் தீர்மானித்து செயல்படும் நிலை, கணிக்கும் திறன் மற்றும் பாகுபாடின்றி ஈர்த்து

அரவணைக்கும் தன்மை ஆகியன கவன குவிதல் என்னும் பழக்கத்தோடு உடன் வரும். அதனை வளர்த்தெடுப்பதற்கு ஈடுபட வேண்டிய தீவிரமான மனப் பயிற்சிகள், உலகியல் செயல்பாடுகளில் வெற்றியையும் பயன்பாட்டையும் தொடர்ந்து அதிகரித்த வண்ணம் இருக்கும். ''தியானம்'' என்று அழைக்கப்படும் உயர்நிலையான மனம் ஒருமுகப்படுதல் நிகழும். மனம் மெய்ஞானம் பெற்று தெய்வீக ஒளி பொருந்திய நிலையில் விளங்கும்.

8. தியானப் பயிற்சி

உயர்வான எண்ணுதலுக்கான ஊக்கமானது கவனம் குவிந்த மனதுடன் ஒன்று கலக்கும் போது விளைவது தியானமாகும். ஒருவன், ஓர் உயர்நிலையை, ஒரு பரிசுத்த நிலையை, இந்த உலக வாழ்வின் இன்பங்களைக் கொண்டாட விரும்பும் சராசரி ஆசைகளைக் கடந்த ஒளி பொருந்திய வாழ்வை அடைய மிகத் தீவிரமாக விரும்பும் போது உயர்வு எண்ணுதலுக்கான ஊக்கத்தில் ஈடுப்பட்டிருப்பதாகக் கூற முடியும். அந்த உயர்வான எண்ண ஓட்டங்களை நடைமுறைப்படுத்தும் வாழ்வின் மீது அவனது மனதின் கவனம் குவியும் போது, அவன் தியானத்தைப் பயில்கிறான்.

உயர்வு எண்ணுதலுக்கான ஊக்கநிலை இல்லை என்றால், அங்கே தியான நிலை இருக்காது. சோம்பலும் கவனக்குறைவும் தியானப் பயிற்சிக்குத்

தடையாா்வை ஆகும். ஒருவனது குணவியல்பு மிக உயிர்த்துடிப்புடன் இருக்கும் போது, அவனால் தியான நிலையை உணர முடியும், வெற்றிகரமாக அதில் ஈடுபடவும் முடியும். உயர்வான எண்ணுதலுக்கான ஊக்கம் போதுமான அளவிற்கு விழிப்படைந்து குண இயல்பில் இயைந்து தியான நிலை நிகழும் போது, மெய்யறிவின் பல படிநிலைகளைக் கடக்க முடியும்.

உலக வாழ்வின் வெற்றிக்கு, கவனக் குவிதல் இன்றியமையாதது ஆகும். ஆன்மீக வாழ்வின் வெற்றிக்கு, தியானம் இன்றியமையாதது ஆகும். கவனக் குவிதலால் உலக வாழ்விற்கு வேண்டிய திறன்களையும் அறிவையும் வளர்த்துக் கொள்ள முடியும். தியானத்தால் ஆன்மீகத் திறன்களையும் மெய்யறிவையும் வளர்த்துக் கொள்ள முடியும். கவன குவிதலால் ஒருவன் வல்லுனராக, மேதையாக முடியும், ஆனால், அவனால் உண்மையின் சிகரங்களைத் தொட முடியாது. அவன், தியானத்தால் மட்டுமே அதை அடைய முடியும்.

கவன குவிதலால் ஒருவன், சீசரின் அற்புத ஆளுமையையும் புரிதலையும் பேராற்றலையும் பெற முடியும். தியானத்தால் ஒருவன், புத்தரின்

விதியை நிர்ணயிக்கும் ஆற்றல்

தெய்வீக அறிவையும் பேரமைதியையும் பெற முடியும். கவன குவிதல் செம்மையாகும் போது ஆற்றல் பிறக்கிறது. தியானம் செம்மையாகும் போது மெய்யறிவு பிறக்கிறது.

கவன குவிதலால் மக்கள்-, அறிவியல், கலை, வணிகம், தொழில், வாழ்கைக்குத் தேவையான பல துறைகளிலும் செயல்படுவதற்கு வேண்டிய திறன்களை வளர்த்துக் கொள்ள முடியும். ஆனால், தியானத்தால்-, வாழ்வியல் முறையையே வளர்த்துக் கொள்ள முடியும், மெய்ஞானமும் மெய்யறிவும் பொருந்திச் செயல்படும் சரியான வாழ்வை வாழ முடியும். புனிதர்கள், ஞானிகள், மீட்பர்கள்-மெய்யறிவு உடையவர்கள் மற்றும் ஆன்மீக ஆசான்கள் என அனைவரும் தியானத்தைப் பயின்றதால் உருவானவர்களே.

கவன குவிதலின் நான்கு படிநிலைகளும் தியானத்திலும் செயல்படுத்தப்படுகின்றன. அவற்றின் தன்மையில் எந்த மாற்றமும் இல்லை. அவை செலுத்தப்படும் திசையில் தான் மாற்றம் இருக்கிறது. எனவே, தியானம் என்பது ஆன்மீகக் கவன குவிதலாகும். ஒரு முகப்படுத்தப்பட்ட கவனத்துடன்-, தெய்வீக அறிவு, தெய்வீக வாழ்வு ஆகியவற்றைக் குறித்த தேடலில் ஈடுபடுவதாகும்.

சே.அருணாசலம்

உண்மையின் உயிர்த்துடிப்போடு மூழ்கித் திளைப்பதாகும்.

இவ்வாறு, ஒருவன், அனைத்துக்கும் மேலாக, உண்மையை அறிந்து உணர பேராவல் கொள்கிறான். குண இயல்புகள், வாழ்வியல் முறைகள், மன மாசை அகற்றிப் பரிசுத்தப்படுத்திக் கொள்வது எனத் தன்னைக் **கூர்ந்து கவனிக்கிறான்**. இவற்றின் மீது கூர்ந்த கவனத்தைச் செலுத்துவதால் வாழ்வின் நிதர்சனங்களை, பிரச்சினைகளை, புதிர்களை **ஆழ்ந்து சிந்திக்கிறான்**. இவ்வாறு, ஆழ்ந்து சிந்திப்பதால் மிக உயிர்த்துடிப்போடு உண்மையால் ஈர்க்கப்பட்டு ஒன்று கலக்கிறான். மனதின் அலைபாயும் ஆசைகள் அடங்கி ஒடுங்குகின்றன, வாழ்வின் பிரச்சினைகள், ஒவ்வொன்றாக தீர்வாகின்றன. **உண்மையோடு ஐக்கியமான நிலையை** உணர்கிறான். அவனது குணவியல்பு ஒரு அசையாத உறுதியுடன் நடுநிலைமையுடன் இருக்கிறது, **இளைபாறுதலுடன் தெய்வீகச் செயல்பாடுகளில் ஈடுபடுகிறான்**. துன்பத்திலிருந்து விடுப்பட்ட மெய்ஞானம் பொருந்திய மனதிலிருந்து வெளிப்படும் தெய்வீக அமைதியும் நிம்மதியும் நிலைபெற்று இருக்கிறது.

விதியை நிர்ணயிக்கும் ஆற்றல்

தியானத்தில் ஈடுபடுவது என்பது கவன குவிதலில் ஈடுபடுவதை விடக் கடினமானது, காரணம் கவன குவிதலுக்கு தேவைப்படுவதை விட மிகக் கடுமையான சுய ஒழுக்கம் இதற்குத் தேவைப்படுகிறது. ஒருவன் தனது உள்ளத்தையோ வாழ்வையோ பரிசுத்தப்படுத்திக் கொள்ளாமல் மனதின் கவனத்தை ஒருமுகப்படுத்த முடியும். ஆனால், தியானமும் உள்ளத்தூய்மையும் பிரித்து எடுக்க முடியாதவை.

தியானத்தின் குறிக்கோள் என்பது தெய்வீக மெய்ஞானம், பேருண்மையைப் பற்றிய உணர்வு ஆகியவையே ஆகும். எனவே வாழ்வியலில், மனமாசை அறுப்பதும் நல்லொழுக்கமும் பின்னிப் பிணைந்தவையாக இருக்க வேண்டும். தொடக்கத்தில், தியானத்தில் செலவிடப்படும் நேரம் மிகக் குறைவானதாகவே இருக்கும். அதிகாலையில் அரை மணி நேரமாக மட்டுமே இருக்கலாம். அந்த அரை மணி நேர உயர்வு எண்ணுதலுக்கான ஊக்க நிலையில் பெறப்படும் அறிவு அந்த முழுநாளின் செயல்பாடுகளையும் ஊடுருவிக் கட்டமைக்கும்.

எனவே, தியானத்தின் போது, ஒருவனின் முழு வாழ்வும் உள்ளடங்கி இருக்கிறது. தியானத்தின்

சே.அருணாசலம்

உயர்நிலைகளை அடைய அடைய, அவனது வாழ்வின் சூழல்கள் கோரும் கடமைகளை நிறைவேற்ற அவன் மென்மேலும் தகுதி உடையவன் ஆகிறான். தியானத்தின் அடிப்படை இரண்டு வழிமுறைகளைக் கொண்டுள்ளது, குறிப்பாக:

1. பரிசுத்தமான ஒன்றைத் தொடர்ந்து எண்ணுவதன் வாயிலாக உள்ளத்தைத் தூய்மைப்படுத்திக் கொள்வது

2. அந்த உள்ளத்தூய்மையை நடைமுறை வாழ்வில் வாழ்ந்துக் காட்டி ஆன்மீக அறிவைப் பெறுவது.

மனிதன் எண்ணங்களின் வசப்பட்டவன். எந்த எண்ணங்களை எண்ணி எண்ணி அவன் பழக்கப்பட்டிருக்கிறானோ அவையே அவனது வாழ்வையும் குணவியல்பையும் நிர்ணயிக்கின்றன. பயிற்சியாலும், ஒத்திசைவாலும் தொடர் பழக்கத்தாலும் உதித்த எண்ணங்கள்-, மீண்டும் மீண்டும் எளிதாகவும் அலைவரிசையாகவும் எழுந்து தங்கள் இருப்பை நிலைப்படுத்திக் கொள்கின்றன. அதனால், ஒரு குறிப்பிட்ட திசையில் குணயியல்பு உறுதிப்படுத்தப்பட்டு தன்னியக்கமான

விதியை நிர்ணயிக்கும் ஆற்றல்

செயல்பாடாக அது ஆகும் போது "பழக்கம்" என அது அழைக்கப்படுகிறது.

ஒவ்வொரு நாளும் தூய்மையான எண்ணங்களின் நினைவோடு இருப்பதால், தியானப்பயிற்சியை மேற்கொள்பவன் தூய்மை மற்றும் மெய்யறிவு உடன் சிந்திக்கும் பழக்கத்தை உருவாக்கிக் கொள்கிறான். அது அவனை, தூய்மை மற்றும் மெய்யறிவு உடன் செயல்படவும் அவனது பொறுப்புக்களை முறையாக நிறைவேற்றவும் வழிக்காட்டுகின்றது. ஒருவனிடம், தூய்மையான எண்ணங்கள் இடைவிடாமல் தங்களை மெய்ப்பித்துக்கொண்டே இருக்கும் போது, இறுதியில் அவன் அந்த எண்ணங்களோடு ஒன்றற கலந்து விடுகிறான். தூய்மை பொருந்தியவன் ஆகிறான். அவன் அடைந்ததைத் தனது தூய்மையான செயல்பாடுகளாலும் தெய்வீக அமைதியுடன் கூடிய மெய்யறிவான வாழ்வாலும் வெளிப்படுத்துகிறான்.

முரண்படும் ஆசைகள், கோபவுணர்வு, உணர்ச்சி வயப்படுதல், மேலோட்டமான யூகங்கள் ஆகியவற்றின் பிடியில் தொடர்ந்து அகப்பட்டு பெரும்பாலான மனிதர்கள் தங்கள் வாழ்வை வாழ்கிறார்கள். இதனால் அவர்களது வாழ்வு

சே.அருணாசலம்

இளைப்பாறுதல் இன்றி, உறுதித் தன்மையின்றி, துக்கத்தோடு காணப்படுகிறது. ஆனால், ஒருவன் தன் மனதை தியானப் பயிற்சியில் ஈடுபடுத்தும் போது, அவனது எண்ணங்களை ஒரு நிலையான அடிப்படை கோட்பாட்டின் மீது குவிந்த கவனத்துடன் செலுத்தும் போது உள்ளத்தில் நிகழும் எண்ணங்களின் மோதலை கட்டுப்படுத்தும் திறனை அவன் மெல்ல பெறுகிறான்.

இந்த வழிமுறையில், பழைய பழக்க வழக்கங்களான மனமாசு நிறைந்த தவறான எண்ணங்கள் மற்றும் செயல்பாடுகள் உடைந்து போகின்றன. மன மாசு நீங்கிய சரியான எண்ணங்கள் மற்றும் செயல்பாடுகள் உருவாகின்றன. தியானத்தில் ஈடுபடுவதன் காரணமாக ஒருவனுக்குப் பேருண்மையின் செயல்பாடுகள் குறித்த முரண்பாடுகள் குறைகிறது, உள்ளுணர்வும் ஒத்திசைவும் கூடுகிறது. களங்கமற்ற நிம்மதி அவனுள் உதிக்கின்றது.

உண்மையை நோக்கும் வலிமை மிக்க பேராவல் என்பதன் துணையாக எப்போதுமே வாழ்வின் துக்கம் மற்றும் வாழ்வின் புதிர் ஆகியன குறித்த ஒரு உணர்வு உடனிருக்கும். இந்த நிலை உண்டாகும் வரை தியானம் என்பது

விதியை நிர்ணயிக்கும் ஆற்றல்

சாத்தியமில்லை. வெறுமையாக உயிர்துடிப்பின்றி யோசிப்பதோ அல்லது செயற்கையாக கனவு காண்பதோ (பகற்கனவு காணும் பழக்கத்திற்கு தியானம் என்ற பெயர் பல தடவை வழங்கப்படுகிறது) தியானமாகாது. இவற்றுக்கும் தியானம் என்று சொல்லப்படும் அந்த ஆன்மிக உயர்நிலைக்கும் உண்மையில் எந்தத் தொடர்பும் இல்லை.

பகற்கனவு காண்பதைத் தியானம் என்று தவறாக புரிந்துக் கொள்வதற்கு அதிகம் வாய்ப்புக்கள் உள்ளன. தியானத்தில் ஈடுபடும் போது இந்த பெரும் தவறு நிகழாமல் தவிர்க்க வேண்டும். இரண்டையும் ஒன்றோடு ஒன்றாக குழப்பிக் கொள்ளக் கூடாது. பகற்கனவு என்பது பிடிப்பில்லாத கற்பனை எண்ணங்களால் ஒருவனைக் கீழே வீழ்த்தும் பள்ளமாகும். தியானம் என்பது வலிமையான, குறிக்கோளுடன் கூடிய எண்ணங்களால் ஒருவனை மேல் உயர்த்தும் மேடாகும். பகற்கனவு காண்பது எளிதாகவும் இன்பத்தை அளிப்பதாகவும் இருக்கும். தியானம் என்பது தொடக்கத்தில் கடினமானதாகவும் எந்த இன்பமும் அற்றதாகவும் இருக்கும்.

பகற்கனவு என்பது சோம்பலையும் சுகபோகங்களையும் நம்பி இருக்கிறது. கடின உழைப்பாலும் சுய ஒழுக்கத்தாலும் தியானம் ஏற்படுகிறது. பகற்கனவு என்பது தொடக்கத்தில் தூண்டுதல் இச்சையை ஏற்படுத்தி பின் புலனின்பத்தை வழங்கும். தியானம் என்பது தொடக்கத்தில் விரும்பத்தக்கதாக இல்லை என்றாலும் பின்பு பயனையும் நிம்மதியையும் தரும். பகற்கனவு காண்பது ஆபத்தானது. அது சுய கட்டுப்பாட்டை இழக்கச் செய்யும். தியானம் பாதுகாப்பை வழங்கக் கூடியது. அது சுய கட்டுப்பாட்டை நிலைப்பெறச் செய்யும்.

ஒருவன் தியானத்தில் ஈடுப்பட்டிருக்கிறானா அல்லது பகற்கனவு காண்கிறானா என்பதை அறிந்துக் கொள்ள சில புற அடையாளங்கள் இருக்கின்றன.

பகற்கனவின் புற அடையாளங்கள் ஆவது:

1. கடின உழைப்பைத் தவிர்க்க விழையும் ஆசை.

விதியை நிர்ணயிக்கும் ஆற்றல்

2. கனவு காணும் சுகத்தை அனுபவிக்க விழையும் ஆசை.

3. உலக வாழ்வின் கடமைகளின் மீது உண்டாகும் சலிப்பு.

4. உலக வாழ்வின் பொறுப்புக்களைத் தட்டிக் கழிப்பது.

5. விளைவுகளைக் குறித்த அச்சம்.

6. பணத்திற்கு உரிய உழைப்பை விடக் குறைந்த உழைப்பை வழங்கி அதை பெற நினைப்பது.

7. சுய கட்டுப்பாடு திறன் குறைவாக இருப்பது.

தியானத்தின் புற அடையாளங்கள் ஆவது:

சே.அருணாசலம்

1. அதிகரிக்கும் உடல் ஆற்றல் மற்றும் மன ஆற்றல்.

2. மெய்யறிவைப் பெற விழையும் பேராவல்.

3. கடமைகளைச் சலிப்பின்றி நிறைவேற்றுவது.

4. உலகவாழ்வின் பொறுப்புக்களை நிறைவேற்றுவதற்கான மன உறுதியும் நம்பிக்கையும்.

5. அச்சத்திலிருந்து விடுப்பட்ட நிலை.

6. பணம் மற்றும் செல்வம் குறித்து விருப்ப வெறுப்பு அற்ற நிலை.

7. சுயக் கட்டுப்பாடு திறன் கூடுதலாக இருப்பது.

விதியை நிர்ணயிக்கும் ஆற்றல்

சில வகையான நேரங்கள், இடங்கள் மற்றும் சூழல்களில்-, தியானத்தில் ஈடுபடுவது சாத்தியம் இல்லாதது. வேறு சிலவற்றில் தியானிப்பது கடினமாக இருக்கும். இன்னும் வேறு சில நேரங்கள், இடங்கள் மற்றும் சூழல்கள்-, தியானம் செய்வதற்கு உகந்ததாக இருக்கும். இவற்றை அறிந்து கடைப்பிடிக்க வேண்டும்:

தியானத்தில் ஈடுபடுவதற்கான சாத்தியமில்லாத நேரம், இடம் மற்றும் சூழல்கள்:

1. உணவு உண்ணும் போது அல்லது உணவு உண்டதற்குப் பின் உடனடியாக.

2. கேளிக்கை கொண்டாட்டங்கள் நடைபெறும் இடங்களில்.

3. மக்கள் கூட்டம் நெரிசலாக உள்ள இடங்களில்.

4. வேகமாக நடக்கும் போது.

5. காலை வேளைகளில் படுக்கையில் படுத்துக் கொண்டிருக்கும் போது.

6. புகை பிடிக்கும் போது.

7. உடலானது ஓய்விற்காகவோ அல்லது மனஇளைப்பாறுதலுக்காகவோசொகுசான இருக்கைகளில் அல்லது மெத்தைளில் சாய்ந்து இருக்கும் போது.

தியானத்தில் ஈடுபடுவதற்குக் கடினமாக இருக்கும் நேரம், இடம் மற்றும் சூழல்கள்:

1. இரவு வேளைகளில்.

2. ஆடம்பர வசதிகளோடு உள்ள அறையில்.

3. மெத்தென்ற இருக்கைகளில் அமர்ந்திருக்கும் போது

விதியை நிர்ணயிக்கும் ஆற்றல்

4. பாலுணர்வைத் தூண்டும் வகையான ஆடைகளை அணிந்திருக்கும் போது.

5. பலர் உடனிருக்கும் போது

6. உடல் களைப்பாக இருக்கும் போது.

7. வயிறு முட்டும் அளவு சாப்பிட்டு இருக்கும் போது.

தியானத்தில் ஈடுபடுவதற்கு ஏற்ற நேரம், இடம் மற்றும் சூழல்கள்:

1. அதிகாலை வேளைகளில்.

2. உணவு உண்பதற்கு முன்பாக.

3. தனிமையில்.

4. திறந்த வெளி அல்லது எளிமையான வசதிகளுடன் கூடிய அறையில்.

5. மெத்தென்று இல்லாத சற்று கடிதான மேற்பரப்பைக் கொண்டிருக்கும் இருக்கையில் அமர்ந்திருக்கும் போது.

6. உடல் வலிமையாகவும் துடிப்புடனும் இருக்கும் போது.

7. அணிந்திருக்கும் உடை கண்ணியமாகவும் எளிமையாகவும் இருக்கும் போது.

மேலே வழங்கப்பட்டுள்ள வழிக்காட்டுதல்கள் கோடிட்டு காட்டுவது-, சுகபோகம், ஆடம்பரம் அல்லது பகட்டு மற்றும் தன்முனைப்பு(பகற்கனவு காண்பதைத் தூண்டும் சாத்தியகூறுகள்கள் நிறைந்தவை) ஆகியன தியானிப்பதைக் கடினமாக்குகின்றன. அவை மேலும் வலிமையாக செயல்படும்போது தியானத்திற்கான சாத்தியத்தை அறவே இல்லாமல் செய்கின்றன. கடுமையான முயற்சி, சுய ஒழுக்கம் மற்றும் தன்னை முன்னிலை படுத்த மறுப்பது(பகற்கனவு காண்பதைத் தூண்டும்

சாத்தியகூறுகள்களை ஒழிக்க கூடியது) ஆகியன தியானத்தில் ஈடுபடுவதை,- ஒப்பீட்டளவில், ஓர் அளவிற்கு எளிதாக்குகின்றன. உடலுக்கு அளவுக்கு மீறிய உணவையும் வழங்கக் கூடாது, போதிய உணவையும் வழங்காமல் வாட விடுவதும் தவறு. வீண் பகட்டான ஆடைகளையும் அணியக் கூடாது. கிழிந்த, நைந்த ஆடைகளையும் அணியக் கூடாது. களைப்பாக இருக்க கூடாது, ஆனால், மிகுந்த உயிர்த்துடிப்போடும் வலிமையோடும் இருக்க வேண்டும். உயர்ந்த எண்ண அலைகளின் மீதான நுட்பமான பிடி தளராமல் இருப்பதற்கு உடல் மற்றும் மனம் என இரண்டின் ஆற்றலும் ஓர் அளவுக்குத் தேவைப்படுகின்றன.

உயர் எண்ணுதலுக்கான ஊக்கத்தைப் பெறச் செய்து மனதைத் தியானத்தில் ஈடுபடுத்துவதற்குமான சிறந்த வழி, பரந்த ஒரு கோட்பாட்டை, அழகிய வாசகத்தை அல்லது கவிதை நயம் கொண்ட செய்யுளை மனதில் தொடர்ந்து உச்சரிப்பதாகும். தியானத்திற்குத் தயாராகிவிட்ட மனம் தன் உள்ளுணர்வாலேயே இதைக் கடைப்பிடிக்கும். எந்த உணர்வுமின்றி, வெறும் இயந்திரத்தனத்தோடு உச்சரிப்பது-, எந்தப் பயனையும் தராது என்பது மட்டுமல்ல, அது தடையாகவும் விளங்கும்.

உச்சரிக்கப்படும் வார்த்தையானது ஒருவனது மனநிலையோடு ஒத்துப் போக வேண்டும். அதில் அவன் நெஞ்சு உருகி ஒரு மனதாக வழிப்பட வேண்டும். இவ்வாறு உயர்வு எண்ணுதலுக்கான ஊக்கமும் கவன குவிதலும் ஒன்றுபடும் போது எந்த வித நெருக்குதலும் இன்றி தியான நிலை ஏற்படுகின்றது. மேலே குறிப்பிடப்பட்ட அனைத்து வழிகாட்டுல்ககளும் தியானத்தின் ஆரம்ப கட்டத்திற்கு மிக முக்கியத்துவம் வாய்ந்தது ஆகும். தியானப் பயிற்சியில் சிறந்து விளங்க விரும்புபவர்கள் அவற்றைக் குறித்துக் கொண்டு முறையாக கடைப்பிடிக்க வேண்டும். அந்த வழிக்காட்டுதல்களை நம்பிக்கையோடு கடைபிடிப்பவன், பொறுமையோடு முயற்சிப்பவன், உரிய காலத்தில் தூய்மை, மெய்யறிவு, பெருநிம்மதி மற்றும் அமைதியை அறுவடை செய்வதில் தோல்வியுறமாட்டான். புனிதமான தியானத்தின் இனிய கனிகளை அவன் நிச்சயம் சுவைப்பான்.

9. கொண்ட குறிக்கோளின் ஆற்றல்

கவனச்சிதறல் என்பது பலவீனமாகும். கவனக்குவிதல் என்பது பலமாகும். அழிப்பதால் சிதறடிக்கிறோம். காப்பாற்றுவது என்பது ஒன்றுபடுத்தும் செயல்பாடு. பொருட்களின் பாகங்கள் வலிமையாக ஒருங்கமைக்கப்பட்டுச் செயல்படும் போது, அவை பயனுள்ளதாக இருக்கும். எண்ணங்கள் ஒருமுகப்படுத்தப்படும் போது, ஆற்றல் மிக்கதாக இருக்கும். குறிக்கோள் எனப்படுவது வலிமையாக ஒருமுகப்படுத்தப்பட்ட எண்ணங்களே.

மனதின் ஆற்றல்கள் எல்லாம் ஒருமுகப்படுத்தப்பட்டு நிர்ணயிக்கப்பட்ட ஓர் இலக்கை அடையும் நோக்கத்தோடு செலுத்தப்படுகின்றன. சிந்திப்பவனுக்கும் இலக்கிற்கும் இடையே குறுக்கிடும் தடைகள்

ஒவ்வொன்றாக தகர்க்கப்பட்டுக் கடந்து வரப்படுகின்றன. சாதனை என்னும் ஆலயத்தின் அதிமுக்கிய கல் ஆக விளங்குவது குறிக்கோளே ஆகும். வெவ்வேறு பாகங்களும் ஒன்றிணைக்கப்பட்டு ஒரு முழுவடிவைப் பெற்று விளங்குவது குறிக்கோளால் மட்டுமே. அத்தகைய குறிக்கோள் இல்லாதிருக்கும் பட்சத்தில் அது பல பாகங்களாக சிதறி பயனின்றி கிடக்கும்.

வெற்று ஆசைகள், இச்சையைத் தூண்டும் இரகசிய ஆசைகள், மேலோட்டமான ஆசைகள் மற்றும் அரை மனதோடு மேற்கொள்ளப்படும் தீர்மானங்கள் ஆகியவற்றுக்கு எல்லாம் குறிக்கோளில் துளி இடமும் இல்லை. சாதிக்காமல் ஓய்வதில்லை என்னும் திடமான மனதின் பேராற்றல் எல்லா கீழ்நிலைப்ப்டுத்தும் கருத்துக்களையும் மூழ்கடித்து வெற்றியை நோக்கி நேராக நடைபோடுகிறது.

வெற்றிகரமான எல்லா மனிதர்களும் குறிக்கோள் கொண்ட மனிதர்களே. ஒரு கருத்தியலை, ஒரு செயல்பாட்டை, ஒரு திட்டத்தைக் கைவிடாமல் உறுதியாக பற்றுகிறார்கள். அதைப் போற்றுகிறார்கள். அதிலேயே மூழ்கித் திளைத்து வளர்த்தெடுக்கிறார்கள். பிரச்சினைகள் முளைத்துத் துளைத்தெடுக்கும் போதும் சரணடைய

விதியை நிர்ணயிக்கும் ஆற்றல்

மறுக்கிறார்கள். உண்மையில் தடைகள் ஏற்பட ஏற்படக் குறிக்கோளை நிறைவேற்ற வேண்டும் என்னும் மன திடம் தீவிரமடைகின்றது.

மனிதக் குலத்தின் விதியை மாற்றி அமைத்தவர்கள் எல்லாம் பெரும் குறிக்கோளைக் கொண்டிருந்த மனிதர்களே. சாலையை அமைக்கும் ரோமானியனைப் போல, நன்கு வரையறை செய்யப்பட்ட பாதையில் தொடர்ந்து பயணித்தார்கள், சித்திரவதையோ அல்லது இறப்போ அவர்களை வழி மறிக்கும் போதும் அந்தப் பாதையிலிருந்து விலக மறுத்தார்கள். இனத்தின் பெரும் தலைவர்கள் எல்லாம், மனதளவில் பயணிப்பதற்கு ஏற்ற சாலையை அமைத்தவர்களே. அவர்கள் அடி மேல் அடி வைத்துச் செதுக்கிய அறிவு மற்றும் ஆன்மீகப் பாதையில், மனித இனம் பின் தொடர்கிறது.

குறிக்கோளின் ஆற்றல் அளப்பெரியது. அது எந்த அளவு பெருமை மிக்கது என்று ஒருவன் தெரிந்து கொள்ள வேண்டும் என்றால், தேசங்களின் செயல்பாடுகளை வடிவமைத்த, உலகின் விதியை நிர்மாணித்தவர்களது வாழ்வு ஏற்படுத்திய தாக்கத்தை அவன் ஆய்வு செய்ய வேண்டும். உலக வாழ்வின் சாதனை அல்லது தனிப்பட்ட

வாழ்வின் சாதனைகளை நாம் ஒரு அலெக்சான்டரிலோ, ஒரு சீசரிலோ அல்லது ஒரு நெப்போலியனிலோ காணலாம், அவர்களது குறிக்கோளின் ஆற்றலை உணரலாம். தன்னை மறுத்து சுவர்கமான பாதைக்கு இட்டுச் செல்லும் குறிக்கோளின் வலிமையை ஒரு கன்பூஷியசிலும், புத்தரிலும், கிறிஸ்துவிலும் காணலாம்.

குறிக்கோள் என்பது எப்போதும் அறிவாற்றலுடன் இயைந்து பயணிக்கும். அறிவாற்றலின் படிநிலைகளுக்கு ஏற்ப குறிக்கோளின் அளவும் சிறியதும் பெரியதுமாக இருக்கும். பேராற்றல் மிக்க மனம் எப்போதும் பெரும் குறிக்கோளைக் கொண்டிருக்கும். பலவீனமான அறிவாற்றல் கொண்ட மனம் எந்த குறிக்கோளையும் கொண்டிருக்காது. அலைபாயும் மனம் முதிர்ச்சியற்ற குறிக்கோள்களைக் கொண்டிருக்கும்.

ஒரு உறுதியான குறிக்கோளை எதிர்க்கும் சக்தி எதற்கு உள்ளது? அதை எதிர்க்கவோ அல்லது கவிழ்க்கவோ எதனால் முடியும்? சடப் பொருட்கள், உயிராற்றலுக்கு மண்டியிடும். சூழ்நிலைகள், ஆற்றல் மிக்க குறிக்கோளின் முன் அடி பணியும். அநீதியான குறிக்கோளைக் கொண்டிருக்கும் மனிதன், அந்தக் குறிக்கோளை அடைவதன்

விதியை நிர்ணயிக்கும் ஆற்றல்

காரணமாக அவன் அழிவை நிச்சயம் தேடிக்கொள்கிறான். நீதியான, நன்மையான குறிக்கோளைக் கொண்டிருப்பவன் தோல்வியுற முடியாது. ஆனால், இலக்கை அடைய வேண்டும் என்னும் குறிக்கோள் மீது கொண்ட உறுதியை, கனன்று கொண்டிருக்கும் நெருப்பை அணையாமல் புதுப்பிப்பது போல இன்றியமையாதது.

தான் தவறாக புரிந்துக் கொள்ளப்பட்டதற்காக வருத்தப்படும் பலவீனமான மனம் கொண்ட மனிதன் பெரிதாக சாதிக்க மாட்டான். மற்றவர்களின் எதிர்பார்ப்பை நிறைவு செய்து அவர்களது அங்கீகாரத்தைப் பெறும் நோக்கத்தோடு தனது குறிக்கோளில் இருந்து விலகும் வெற்று ஆரவாரம் கொண்ட மனிதன் உயர்ந்த சாதனையை எட்ட மாட்டான். தனது குறிக்கோளில் சமரசம் செய்து கொள்ளும் இரட்டை மனது உடையவன், தோல்வி அடைவான்.

குறிக்கோளை உறுதியாக பற்றி அதிலிருந்து பின்வாங்காதவன், தன் மீது தவறான புரிதல்கள் அல்லது பொய்யான குற்றச்சாட்டுக்கள் சுமத்தப்பட்டிருந்தாலும், அல்லது வீண் புகழ்ச்சிகளும் வாக்குறுதிகளும் அவன் மீது அள்ளி வீசப்பட்டாலும், தனது குறிக்கோளிலிருந்து சற்றும்

சே.அருணாசலம்

விலகாதவனே சாதனையாளன், வெற்றியாளன், பேராற்றல் மிக்கவன்.

உறுதியான குறிக்கோள் கொண்டவனுக்கு-, ஒவ்வொரு தடைகல்லும், அவனது மன உறுதியை வளர்த்து படிக்கல்லாக மாறும். பிரச்சினைகள், முயற்சியைப் புதுப்பித்துக் கொண்டு உத்வேகத்தோடு செயலில் இறங்க அவனைத் தூண்டி விடும்.

தோல்விகள், வெற்றி என்ற ஏணியின் படிக்கட்டுகளாகும், காரணம், அவனுக்கான இறுதி வெற்றியின் மீது அவன் முழு நம்பிக்கை கொண்டிருக்கிறான்.

பேராற்றல் மிக்க குறிக்கோளின் முன், இறுதியாக அனைத்தும் அமைதியாக, எதிர்ப்பின்றி அடி பணியும்.

ஒரு கம்பத்திலிருந்து மற்றொரு கம்பத்திற்கு

பள்ளங்களுக்குள் உள்ள கருமையோடு இரவின் காரிருள் என்னை சூழ்ந்திருக்கிறது.

கடவுளர்கள் இருந்தால் நன்றி சொல்கிறேன்.

விதியை நிர்ணயிக்கும் ஆற்றல்

கைபற்ற முடியாத எனது ஆன்மாவிற்காக

சூழ்நிலையின் இறுக்கமான பிடியில் நான் சிக்கி விழுந்தேன்.

நான் அரற்றவோ அழுகவோ இல்லை

காயங்களால் எனது தலையில் இரத்தம் வடிந்தாலும்

நான் தலைவணங்கவில்லை.

வாயில் கதவு எவ்வளவு குறுகியதாக இருந்தாலும் சரி

பட்டியலிடப்பட்டுள்ள தண்டனைகள் எவ்வளவு கடுமையாக இருந்தாலும் சரி

நானே எனது விதியின் தலைவன்,

நானே எனது ஆன்மாவின் வழிக்காட்டி.

சே.அருணாசலம்

10.சாதிப்பதற்கான இலக்கை அடைவதில் உண்டாகும் மகிழ்ச்சி

ஒரு செயலை வெற்றிகரமாக செய்து முடிக்கும் போது எப்போதுமே மகிழ்ச்சி துணையாக உடன் வரும். ஏற்றுக் கொண்ட ஒரு செயல் திட்டம் நிறைவேற்றப்படும் போது அல்லது வேலையின் ஒரு பகுதி முடியும் போது, அது எப்போதுமே ஒரு நிம்மதியையும் மனநிறைவையும் தரும். "ஒரு மனிதன் தன் கடமையை நிறைவேற்றும் போது, அவன் இதயத்தில் பாரமின்றி மகிழ்ச்சியாக இருக்கிறான்" என்கிறார், எமர்சன். செய்து முடிக்கப்பட்ட அந்தப் பணி எவ்வளவு தான் முக்கியமற்றதாக தோன்றினாலும், அதை ஈடுபாட்டோடு கவனம் செலுத்தி ஆன்மாவின் முழு

விதியை நிர்ணயிக்கும் ஆற்றல்

ஆற்றலோடு செய்வதன் விளைவாக பேருவகையும் மன நிம்மதியும் ஏற்படும்.

பரிதாபத்துக்குரிய மனிதர்களுள் மிகப் பரிதாபத்துக்கு உரியவன், அவனுக்குரிய கடமையை நிறைவேற்றாமல் புறக்கணிப்பவனே ஆவான். கடினமான பணிகளையும் இன்றியமையாத செயல்பாடுகளையும் தவிர்க்க எண்ணி மகிழ்ச்சியையும் ஓய்வையும் தேடுபவனது மனம், எப்போதும் ஒரு வித குழப்பத்தோடும் கலக்கமாகவும் இருக்கும். அவனது உள்ளுணர்வால் அவனே வெட்கப்பட்டு, அவன் மனம் பாரமாக இருக்கும், அவன் தன்மானத்தையும் சுயமரியாதையையும் பறிகொடுத்து விட்டான்.

"எவன் ஒருவன் தனக்கு வழங்கப்பட்ட இயல்பான ஆற்றல்கள், திறன்களை பயன்படுத்த விழையாமல் தவிர்க்கிறானோ-, அவன் தனது தேவைகளின் நெருக்குதலாலேயே அழிந்து போகிறான்" என்கிறார் கார்லைல். எவன் தன் கடமையைச் செய்யாமல் தவிர்க்கிறானோ, செய்யும் வேலையில் தனது முழுச் செயல்திறனோடு ஈடுபட ஆர்வம் இல்லாமல் இருக்கின்றானோ, உண்மையில் அழிந்து தான் போகிறான். முதலில், குண இயல்பில் அழிகிறான். பின்பு இறுதியாக,

உடலளவிலும் சூழலிலும் அழிகிறான். வாழ்வின் அர்த்தமும் செயல்படுதலின் அர்த்தமும் ஒன்று தான். ஒருவன் செயல்படும் முயற்சியிலிருந்து தப்ப நினைக்கும் கணமே, உடலளவிலோ அல்லது மனதளவிலோ தன் சக்தியை இழக்கத் தொடங்குகிறான்.

இதற்கு மாறாக, தன்னிடமுள்ள அனைத்து ஆற்றலையும் ஈடுபடுத்திச் செயல்படுபவன், மேலும் ஆற்றல் நிறைந்தவன் ஆகிறான், பிரச்சினைகளிலிருந்து மீண்டு எழுகிறான், இடையில் தடைப்பட்ட செயல்பாடுகளை, உடல் அல்லது மனதளவில் பெரும் முயற்சிகளை மேற்கொண்டு நிறைவு செய்கிறான்.

பள்ளி பாடம் ஒன்றை மிக நீண்ட காலம் பாடுப்பட்டு இறுதியாகக் கற்றுக் கொண்ட பின், ஒரு குழந்தை எவ்வளவு மகிழ்ச்சியாக இருக்கிறது. ஓட்டப்பந்தய வீரன், பல மாதங்களோ அல்லது ஆண்டுகளோ கடினமான பயிற்சிகளை முறையாக செய்து தன் உடல் நலத்தையும் வலிமையையும் பெற்று விளங்குகிறான். போட்டியில் வெற்றி பெற்று பரிசுடன் வீடு திரும்பும் போது, நண்பர்களின் பாராட்டு மழையில் நனைகிறான். பல ஆண்டுகள் பாடுபட்டதன் விளைவாக, கற்ற நூல்களின் அறிவு

விதியை நிர்ணயிக்கும் ஆற்றல்

அறிஞனது மனதில் ததும்பி வழிந்து அவனுக்கு கற்றதனாலான பயனை அவனுக்குப் பரிசளிக்கின்றது.

பிரச்சினைகளையும் நெருக்கடிகளையும் தொடர்ந்து சந்திக்கும் வணிக வியாபாரி, அதற்கான ஊதியமாக அவனது வணிகம் வெற்றிபெறும் போது மகிழ்கிறான். கட்டான் தரையான மண்ணையும் பாடுபட்டுப் பண்படுத்தும் தோட்டக்காரன், அவனது உழைப்பின் பலனான நற்கனிகளை இறுதியாக அமர்ந்து உண்கிறான்.

உலகியல் வாழ்வைச் சார்ந்த விடயங்கள் என்றாலும் கூட, வெற்றிகரமாக நிறைவேற்றப்படும் ஒவ்வொரு செயலிற்கும் அதற்கே உரிய அளவிலான மகிழ்ச்சி ஊதியமாக வழங்கப்படுகிறது. அதுவே ஆன்மீக வாழ்வு சார்ந்த விடயங்கள் என்றால், குறிக்கோளை எட்டும் போது ஏற்படும் மகிழ்ச்சி என்பது ஆழமான உள்ள உணர்வாக இருக்கும். குண இயல்பில் உள்ள குறைபாடு ஒன்றை நீக்கும் முயற்சி, எண்ணில் அடங்காத தடவை தோல்வியில் முடிவடைந்த பின், இறுதியாக, அதைக் கொண்டிருந்தவனையும் உலகையும் இனியும் துன்புறுத்த முடியாத வகையில், உள்ளத்தை விட்டு அகற்றி எறியப்படும்

போது ஏற்படும் இதய மகிழ்ச்சி உண்மையில் விவரிக்க முடியாதது ஆகும்.

அறநெறிகளைச் செயல்படுத்த விழைபவன்-உயர் குண இயல்பை வளர்த்தெடுக்கும் புனிதப் பணியில் ஈடுப்பட்டிருப்பவன், தன் அகம்பாவத்தை வெற்றி கொள்ளும் ஒவ்வொரு படிநிலையிலும், தன்னை விட்டு இனி நீங்காத ஒரு மகிழ்ச்சியை, அவனது ஆன்மீக இயல்பின் ஒரு பகுதியாகிவிட்ட மகிழ்ச்சியின் சுவையை உணர்வான்.

முழு வாழ்வுமே போராட்ட மயமானது தான். உள்ளத்தளவிலும் சரி, புறச்சூழல்களிலும் சரி, மனிதன் தனக்கு எதிரான சூழ்நிலையைச் சந்தித்துப் போராடி வெல்ல வேண்டிய தேவை இருக்கிறது. அவனது இருப்பு என்பதே, அவனது தொடர்ச்சியான முயற்சிகளாலும் சாதனைகளாலும் உருவானதே. அறநெறி மற்றும் உண்மை ஆகியவற்றுக்கு எதிராக அவனது உள்ளத்தில் உறையும் எதிரிகளையோ அல்லது அவனுக்கு எதிரான புறச்சூழலையோ ஒருவன் சந்தித்தே ஆக வேண்டும். அவன் எந்த அளவிற்குத் தன் முழுத் திறனையும் ஈடுபடுத்தி வெல்கிறான் என்பதைப் பொறுத்தே அவன் மனித குலத்தின் ஒரு பயன்பாடு

விதியை நிர்ணயிக்கும் ஆற்றல்

மிக்க அங்கமாக தன்னை உருமாற்றிக் கொள்வது அமைகிறது.

மனிதன் தன்னை தொடர்ந்து மேம்படுத்திக் கொண்டிருக்க வேண்டும் என்று அவனிடம் எதிர்பார்க்கப்படுகிறது. மேலும் தன்னை செம்மைப்படுத்திக் கொள்ள வேண்டும் என்று எதிர்பார்க்கப்படுகிறது. இன்னும் உயர் சாதனைகளை அடைய வேண்டும் என்று எதிர்பார்க்கப்படுகிறது. அவன் எந்த அளவுக்கு இந்த எதிர்பார்ப்புகளை ஈடேற்றுகிறோனோ அந்த அளவிற்கு அவனை நாடிச்சென்று உதவ மகிழ்ச்சி தேவதை காத்திருக்கிறாள். காரணம், எவன், கற்பதில் ஆர்வம் கொண்டிருக்கிறானோ, அறிந்துக் கொள்ளத் தேடலில் ஈடுபடுகிறானோ, சாதிக்க முயற்சிகளை மேற்கொள்கிறானோ, அவன் பிரபஞ்சத்தின் இதயத்தில் என்றும் ஒலிக்கும் மகிழ்ச்சியின் பாடலை கேட்கிறான்.

முதலில் சிறியவற்றோடு, அடுத்து பெரியவற்றோடு, பின்பு அதைக் காட்டிலும் பெரியவற்றோடு என்று மனிதன் தொடர்ந்து பாடுபட வேண்டும். எது வரை என்றால், அவன் தன்னை தயார்ப்படுத்திக் கொண்டு பேருண்மையை அடைவதற்கான பெரு முயற்சியில்

ஈடுபட்டு அதில் வெற்றி பெற்று என்றும் நிலையான மகிழ்ச்சியை உணரும் வரை.

வாழ்விற்குத் தர வேண்டிய விலை, முயற்சி. முயற்சியின் விளைவு-, சாதனை. சாதித்தற்கான பரிசு, மகிழ்ச்சி. தனது உள்ளத்தின் சுயநலத்திற்கு எதிராக போராடுபவன் பேரருள் பெற்றவன். அதைச் சாதிக்கும் போது உண்டாகும் மகிழ்ச்சியின் முழுமையான சுவையை அவன் பருகி உணர்வான்.

விதியை நிர்ணயிக்கும் ஆற்றல்

புத்தக விலைப்பட்டியல்

வ. எண்	ஜேம்ஸ் ஆலன் முதன்நூல்	தமிழ் மொழிபெயர்ப்பு நூல்	விலை ரூ
1	Man: King of Mind, Body and Circumstance	மனிதன்: மனம், உடல், சூழ்நிலையின் தலைவன்	125/-
2	Foundation Stones to Happiness and Success	மகிழ்ச்சிக்கும் வெற்றிக்குமான அடிதளம்	125/-
3	Out from the Heart	உள்ளத்திலிருந்தே வாழ்வு	125/-
4	Byways of Blessedness	அருள் பொழியும் நிழல் பாதைகள்	400/-
5	All These Things Added	வேண்டுவன யாவும் கிட்டும்	
5.1	Entering the Kingdom	சுவர்கத்தின் நுழைவாயில்	180/-
5.2	The Heavenly Life	சுவர்க வாழ்வின் தன்மைகள்	180/-

சே.அருணாசலம்

6	Above Life's Turmoil	வாழ்வின் கொந்தளிப்புகளை கடந்த உயர்நிலைகள்	250/-
7	Men and Systems	மனிதர்களும் அமைப்புகளும்	
8	Mastery of Destiny	விதியை நிர்ணயிக்கும் ஆற்றல்	220/-
9	From Passion to Peace	உணர்ச்சிவேகம் முதல் நிம்மதி வரை	150/
10	Eight Pillars of Prosperity	வளமான வாழ்வைக் கட்டமைக்கும் எட்டு தூண்கள்	250/-
11	Through the Gate of Good or Christ and Conduct	நல்வாசலின் வழியே அல்லது கிறிஸ்துவும் நல்லொழுக்கமும்	150/-
12	Morning and Evening Thoughts	காலை மாலை சிந்தனைகள் (ஆங்கில மூலம்-தமிழ் மொழிபெயர்ப்பு)	200/-
13	Life Triumphant (Mastering the Heart and Mind)	வெற்றிகரமான வாழ்வு (மனதையும் இதயத்தையும் பண்படுத்தி ஆளுதல்)	220/-
14	Poems of Peace	நிம்மதியின் பாடல்கள்	250/-
15	The Shining Gateway	நேர்வழியின் சீரிய ஒளி	200/-